AF765665

അയ്യപ്പൻ പനങ്ങാട്ട്

തൃശ്ശൂർ ജില്ലയിലെ കണ്ടാണശ്ശേരിയിൽ ശ്രീ പനങ്ങാട്ട് കറപ്പുവിന്റെയും അമ്മുക്കുട്ടിയുടെയും മകനായി 1941ൽ ജനിച്ച അയ്യപ്പൻ പനങ്ങാട്ട് വളരെ പ്രതികൂലമായ സാഹചര്യങ്ങളെ അതിജീവിച്ചാണ് ഹൈസ്ക്കൂൾ വിദ്യാഭ്യാസം പൂർത്തീകരിച്ചത്. SSLC പാസ്സായശേഷം ജോലികൾ തേടിയുള്ള യാത്രകൾ ആരംഭിക്കുകയാണുണ്ടായത്.

കുറച്ചുകാലങ്ങൾക്കുശേഷം ഗൾഫ് നാടുകളിലെത്തി. ആറു പതിറ്റാണ്ടു കാലത്തെ ജീവിതത്തിൽ, ഒരു തൊഴിലന്വേഷകൻ എന്ന നിലയിൽനിന്ന് തൊഴിൽ ദാതാവായി ഉയർന്നു. ഗൾഫ് രാജ്യങ്ങളിൽ ഇന്ന് അറിയപ്പെടുന്ന ഒരു ലോജിസ്റ്റിക്ക് കമ്പനിയുടെ മാനേജിംഗ് ഡയറക്ടറാണ്.

ഭാര്യ : നളിനി

മക്കൾ : ഡോ. അനൂപ്, അഭിലാഷ്

വിലാസം : പനങ്ങാട്ട് വീട്, പോർക്കളേങ്ങാട് പോസ്റ്റ്, കുന്നംകുളം,
തൃശൂർ ജില്ല – 680517

ഫോൺ : 9846620769

Malayalam Language
Thirinju Nokkumbol
(Autobiography)
by
Ayyappan Panangatt

♦

Published in March 2023
by Kairali Books Private Limited
Thalikkavu Road, Kannur.
Ph : 0497-2761200
Email : kairalibooksknr@gmail.com

♦

Cover Design
Akabar Perumbilavu

♦

Printed at
Printing Park, Tly.

© All rights reserved
No part of this publication may be reproduced, stored in or introduced into a retrieval system, or transmitted, in any form, or by any means, electronic, mechanical, photocopying, recording or otherwise without the prior written permission of the publisher.

Price ₹: 220.00
115/22-23/Sl.No.1423/1000/NS 18.6
ISBN.978-93-93397-66-9

തിരിഞ്ഞുനോക്കുമ്പോൾ

അയ്യപ്പൻ പനങ്ങാട്ട്

കൈരളി ബുക്സ്

ഉള്ളടക്കം

കാലടിപ്പാടുകൾ തിരിഞ്ഞുനോക്കുമ്പോൾ

വി.കെ. ശ്രീരാമൻ

എഴുത്തിന്റെ ചേലോ ചന്തമോ നിയമമോ അതെന്തുമാവട്ടെ, ഈ ഓർമ്മക്കുറിപ്പുകളെഴുതിയ ആത്മകഥാകാരനെ നേരേ പേരു വിളിക്കാൻ എനിക്കു വയ്യ. അയ്യപ്പേട്ടൻ എന്നേ വിളിക്കൂ. എന്നെക്കാളും പത്തു വയസ്സിലേറെ മൂപ്പുണ്ടദ്ദേഹത്തിന്. കൊടുങ്കാറ്റിന്റെ സന്തതിയാണ്. ജനിക്കുന്നത് തൊള്ളായിരത്തി നാല്പത്തിയൊന്നിലാണ്. ആ കൊടുങ്കാറ്റിൽ വീടുകളും വൻമരങ്ങളും കടപുഴകി വീണു. കാഫലമുള്ള വൃക്ഷങ്ങളൊക്കെയും വീണു. മാലോകരേറെയും പട്ടിണിക്കാരും പ്രാരാബ്ധക്കാരുമാണ്. കാറ്റു വീശി ആ ജീവിതങ്ങളുടെ വേരും തടിയും വേർപ്പെട്ടു.

കൊടുങ്കാറ്റിനും പന്ത്രണ്ടു വർഷംമുമ്പ് പൊർക്കളയം കാടിനു തൊട്ടു തെക്ക് കണ്ടാണിശ്ശേരിയിൽ വട്ടംപറമ്പിൽ വേലപ്പനും അയ്യപ്പൻ എന്ന ഒരാൺകുട്ടി ജനിച്ചിരുന്നു.

കൊടുങ്കാറ്റിൽ നിലംപൊത്തിക്കിടക്കുന്ന തെങ്ങും കവുങ്ങും മാവും പ്ലാവും ചൂണ്ടി വേലപ്പൻ മകനോട് പറഞ്ഞു.

'ഇത്രനാളും നമ്മെ തീറ്റിപ്പോറ്റിയവരാണീ വീണുകിടക്കുന്നത്. അരവയറായിട്ടാണെങ്കിലും നമ്മൾ ജീവിച്ചു വന്നതിവരെക്കൊണ്ടാണ്. ഇനി നമ്മളനാഥരാണ്. വാഴാവിലമ്മ ശരണം.'

വട്ടംപറമ്പിൽ അയ്യപ്പൻ പട്ടാളത്തിൽ ചേരാൻ പോയി. വിശപ്പും വറുതിയുമായിരുന്നു പട്ടാളത്തിൽ ചേരാൻ അയ്യപ്പനെ നിർബന്ധിച്ചത്.

കണ്ടാണിശ്ശേരിയിൽ നിന്ന് ഹിമാലയത്തിലേയ്ക്ക്.

അയ്യപ്പനിൽ നിന്ന് കോവിലനിലേയ്ക്ക്.

കാലം വളർന്നു.

കയ്പ്പിൽ നിന്ന്

കണ്ണീരിൽ നിന്ന്

വിശപ്പിൽ നിന്ന്

വേദനയിൽ നിന്ന്

ഊതിയൂതി കഥകളുണ്ടാക്കി കോവിലൻ.

ഇരുപത്തിയൊന്നാമത്തെ വയസ്സിൽ പ്രാരാബ്ധങ്ങളുടെ നടുവിൽനിന്ന് പനങ്ങാട്ടയ്യപ്പനും വണ്ടി കയറി. കുന്നംകുളം ബോയ്സ് ഹൈസ്കൂളിൽ നിന്ന് സമ്പാദിച്ച എസ്.എസ്.എൽ.സി സർട്ടിഫിക്കറ്റും പോൾ മാസ്റ്ററുടെ ഇൻസ്റ്റിട്യൂട്ടിൽനിന്നു പഠിച്ച ടൈപ്പ് റൈറ്റിംഗും ഷോർട്ട്ഹാന്റുമാണ് കയ്യി

ലുണ്ടായിരുന്നത്.

അച്ഛനും മകനും കാണിപ്പയ്യൂരിൽ ബസ്സുകാത്തു നിന്നു.

ബസ്സു വന്നു.

ബസ്സിൽ കയറുമ്പോൾ മകന്റെ മനസ്സു വിങ്ങി. യാത്രയാക്കാൻ വന്ന അച്ഛനെ പിൻസീറ്റിലിരുന്നു തിരിഞ്ഞു നോക്കി.

ചില്ലുജാലകത്തിനപ്പുറത്ത് മഴയത്ത്, തനിക്കുനേരെ കൈവീശിക്കാണിച്ചു നിൽക്കുന്നു അച്ഛൻ.

ഇത്ര പെട്ടന്ന് മഴ വന്നോ.

മഴയായിരുന്നില്ല അത്. കണ്ണുനീരായിരുന്നു. തന്റെ കണ്ണുകളാണ് നിറഞ്ഞൊഴുകിയതെന്ന് മകൻ അറിയുന്നു.

ഈ ആത്മകഥയിലെ ഉപഖണ്ഡങ്ങളോരോന്നും വികസിപ്പിച്ചെടുത്താൽ അവയോരോന്നും ഓരോ കഥകളായിത്തീരാനുള്ള ഉൾക്കനമുള്ളതാണെന്നാണ് എനിക്കു തോന്നിയത്.

വളർന്നു പടർന്നു നിൽക്കുന്നൊരു വൻമരമായിരുന്നു അയ്യപ്പേട്ടന്റെ കുടുംബം.

അച്ഛൻ

അമ്മ

മക്കൾ

പേരക്കുട്ടികൾ

മറ്റു ബന്ധുമിത്രാദികൾ..

അങ്ങനെ ആ വൃക്ഷം തഴച്ചു.

പത്തു മക്കളായിരുന്നു.

രണ്ടു സഹോദരിമാർ ബാല്യത്തിൽ മരിച്ചു പോയി. പിന്നെയുണ്ടായിരുന്നത് ഏഴാണും ഒരു പെണ്ണും. അഞ്ചാമത്തെ മകനായിട്ടാണ് അയ്യപ്പൻ പിറന്നത്. അച്ഛനുമമ്മയും കൂടി എങ്ങനെ ഈ കുടുംബത്തെ പോറ്റി എന്നാലോചിക്കുമ്പോൾ ഇന്നും അയ്യപ്പേട്ടന് വേദനപുരണ്ട വിസ്മയം.

മനക്കൊടിയിൽ ഇളയമ്മയുടെ വീട്ടിൽനിന്ന് രാത്രിയിൽ കാവിൽ നെല്ലും ചുമന്നു നടന്ന വറീതിന്റെകൂടെ നടന്നുവന്ന അച്ഛന്റെ മുഖം ആ ദുരിതകാലത്തെ അച്ഛൻ മറികടന്നതിന്റെ അടയാള ചിത്രമായി മകന്റെ മനസ്സിലിന്നും തെളിഞ്ഞു നിൽക്കുന്നു. അതോർക്കുമ്പോൾ താനിന്നും അത്ഭുതം കൂറുന്ന കണ്ണുകളുള്ള ഒരു കുട്ടിയായി പരിണമിക്കുന്നത് അയ്യപ്പേട്ടൻ അറിയുന്നു.

ഓർമ്മകൾ ചിലപ്പോൾ കണ്ണു നനയിക്കുന്നു. അതു പറഞ്ഞുണർത്തുമ്പോൾ അയ്യപ്പേട്ടൻ വിതുമ്പിപ്പോകുന്നു.

വളർന്നുയർന്നുകഴിഞ്ഞാൽ പിന്നെ എല്ലാം മറക്കാനും മായ്ക്കാനു

മാണ് ഏറിയ മനുഷ്യരും ഒരുമ്പെടുക. നടന്നുവന്ന വഴിയിലെ സ്വന്തം കാലടിപ്പാടുകൾ തിരിഞ്ഞു നോക്കുമ്പോൾ യാത്രികനെ സൈ്വരം കെടുത്തുന്നു. ബോധപാതാളത്തിൽ നിന്ന് പൂതങ്ങൾ തുള്ളിയുറഞ്ഞ് വന്നു കണ്ണുരുട്ടുന്നു.

പല്ലിളിക്കുന്നു.

നാക്കു നീട്ടുന്നു.

ഈശ്വരാ പൊറുക്കണേ!

ശാന്തി നൽകണേ!

യാത്രികൻ തിരിഞ്ഞു നിൽക്കുന്നു.

കൈകൾ കൂപ്പുന്നു.

തന്റെ കർമ്മകാണ്ഡങ്ങളോരോന്നും ഒരു പുനർച്ചിന്തനത്തിനു വിധേയമാക്കുന്നുണ്ട് ഈ ഓർമ്മക്കുറിപ്പുകളിലൂടെ അയ്യപ്പേട്ടൻ.

കൊണ്ടും കൊടുത്തും മുന്നേറിയ ഒരു യോദ്ധാവിന്റെ കഥയായും സഹിച്ചും പൊറുത്തും മുന്നോട്ടു നടന്ന് ലക്ഷ്യം കണ്ട ഒരു സംരംഭകന്റെ അനുഭവസാക്ഷ്യങ്ങളായും ഈ പുസ്തകം വായിക്കാം. അതു വായനക്കാരന് വിടുന്നു.

ഒന്നു പറയാൻ വിട്ടുപോയി. തന്റെ ജീവിതത്തിലേയ്ക്ക് കരുത്തും വെളിച്ചവുമായി കടന്നുവന്ന നളിനിയാണ് പിന്നീട് ജീവിതനൗകയെ മുന്നോട്ടു നയിക്കാൻ ഒപ്പം നിന്നതെന്ന് അയ്യപ്പേട്ടൻ കൃതജ്ഞതയോടെ അതിലേറെ സാഭിമാനം എഴുതി വെക്കുന്നുണ്ടീ ഓർമ്മക്കുറിപ്പുകളിൽ.

അതെ, ഇതു ചീരോത്തു പാറൻ മകൾ നളിനിയുടെ കഥ കൂടിയാണ്.

നാന്ദി

സ്വപ്നനഗരിയായ ദുബായിൽ ഞാൻ സ്ഥാപിച്ച ജെ.ബി.സി. എക്സ്പ്രസ്സ് ഫ്രൈറ്റ് എൽ.എൽ.സി. എന്ന സ്ഥാപനത്തിന്റെ മാനേജിങ് ഡയറക്ടറായി ജോലി ചെയ്തുകൊണ്ടിരിക്കുന്ന ഈ വേളയിൽ - എന്റെ എൺപതാം വയസ്സിൽ, ജീവിതത്തിന്റെ കഴിഞ്ഞ കാലങ്ങളിലേക്ക്, കടന്നുവന്ന വഴികളിലേക്ക് മനസ്സുകൊണ്ടൊരു മടക്കയാത്ര ചെയ്യാനുള്ള ശ്രമമാണ് ഈ ഓർമ്മക്കുറിപ്പുകൾ.

ബാല്യകൗമാരങ്ങളും വിദ്യാഭ്യാസവുമൊക്കെയായി ഞാൻ 22 വയസ്സുവരെ നാട്ടിലും പിന്നീട് 12 വർഷം ബോംബെയിലും ഇപ്പോൾ 48 വർഷമായി ദുബായിലും ജോലി ചെയ്തുകൊണ്ടിരിക്കുന്നു.

ഇക്കാലമത്രയും പിന്നിട്ട വഴികളേറെയും ഒറ്റയടിപ്പാതകളായിരുന്നു. അവ തീരെ സുഗമവും സുഖപ്രദവുമല്ലായിരുന്നു. അതെത്രമാത്രം കഠിനവും കഷ്ടതരവുമായിരുന്നെന്ന് എന്റെ ഓർമ്മകളെ അനുഗമിച്ചാൽ നിങ്ങൾക്കും ബോധ്യമാവും. ജീവിതത്തിലെ നേട്ടങ്ങൾക്ക് - അത് ഭൗതികമായാലും, അദ്ധ്യാത്മികമായാലും - അതിന് കുറുക്കുവഴികളില്ല. അത്തരം കുറുക്കുവഴികളിലൂടെ നേടുന്നതിനൊന്നും സ്ഥായീഭാവവുമില്ല. അനുഭവത്തിന്റെ തീച്ചൂളയിൽ വെന്തുരുകുന്ന പൊന്നിനുമാത്രമേ പത്തരമാറ്റിന്റെ മേന്മയുണ്ടാകൂ; മൂല്യവും.

ആരോടും പരാതിയില്ലാതെ, പരിഭവമില്ലാതെ, ആരെയും പഴിചാരാതെ തീർത്തും സത്യസന്ധമായി തികച്ചും നിർമ്മമമായി ഞാൻ പിന്നിട്ട ജീവിത രംഗങ്ങളെ സമീപിയ്ക്കാനാണ് എന്റെ ഈ ശ്രമം. കുത്തിയൊഴുകുന്ന ഒരു മലവെള്ളപ്പാച്ചിലിലേയ്ക്ക് എടുത്തെറിയപ്പെട്ടവൻ രക്ഷപ്പെടുവാൻ നടത്തിയ ശ്രമങ്ങൾ പോലെയാണ് എന്റെ ജീവിതവഴികളെ ഞാനിപ്പോൾ ഓർക്കുന്നത്. അതുകൊണ്ടുതന്നെ ഓർമ്മകൾക്ക് പലപ്പോഴും അടുക്കുംചിട്ടയും ഔചിത്യവും ഉണ്ടാകണമെന്നില്ല. എങ്കിലും കഴിയുന്നത്ര അടുക്കിപ്പെറുക്കി വയ്ക്കാൻ ശ്രദ്ധിച്ചിട്ടുണ്ട്. എനിയ്ക്കറിയാവുന്ന ഭാഷയിലും രീതിയിലും എന്റെ അനുഭവങ്ങളെ ഞാൻ നിങ്ങൾക്കായി പങ്കുവെയ്ക്കാൻ ശ്രമിക്കുകയാണിവിടെ.

എന്റെ ജീവിതം ഒരുപക്ഷെ വരുംതലമുറയ്ക്ക് വഴിവിളക്കായെങ്കിൽ ഞാൻ കൃതാർത്ഥനായി. വരൂ... ഒരല്പനേരം എന്റെ കൂടെവരൂ... എന്റെ ജീവിതത്തിലേയ്ക്ക്, അനുഭവങ്ങളിലേയ്ക്ക്...

കൊടുങ്കാറ്റൂതിയ കൊല്ലം

പണ്ടൊക്കെ കഴിഞ്ഞുപോയ പല കാര്യങ്ങളും അടയാളപ്പെടുത്താൻ കൃത്യമായ കാലഗണന ഉണ്ടായിരുന്നില്ല. കൊടുങ്കാറ്റൂതിയ കൊല്ലം, വെള്ളപ്പൊക്കമുണ്ടായ ആണ്ട്, നടപ്പുദീനം പടർന്നു പിടിച്ച കാലം എന്നൊക്കെയാണ് പറയുക. അന്നത്തെ കൊടുങ്കാറ്റിനും വെള്ളപ്പൊക്കത്തിനുമൊന്നും ഇന്നത്തെപ്പോലെ പേരുകളില്ലായിരുന്നു. അന്നത് അത്യപൂർവ്വമായ പ്രതിഭാസങ്ങളായിരുന്നു. വല്ലപ്പോഴും ഒരു കൊടുങ്കാറ്റ്, ഒരു വെള്ളപ്പൊക്കം, അത്രയേ ഉള്ളൂ. അന്നും കടലിൽ ന്യൂനമർദ്ദങ്ങൾ രൂപപ്പെടുന്നുണ്ടായിരിക്കണം. എന്നാൽ അത് കണ്ടെത്താനോ പ്രവചിക്കാനോ കഴിയുമായിരുന്നില്ല. അതിന്റെ ആവശ്യവും അന്നില്ലായിരുന്നു. ഒരു നൂറ്റാണ്ടിൽ ഉണ്ടാകുന്ന ഒന്നോ രണ്ടോ പ്രകൃതിക്ഷോഭങ്ങളെ കാര്യമാക്കാറില്ല. നിരവധി നാശനഷ്ടങ്ങളും ജീവഹാനിയും അന്നും സംഭവിച്ചിരിക്കണം. പക്ഷെ അതൊന്നും ആ നാട്ടുകാരല്ലാതെ പുറംലോകം അറിയില്ല. എല്ലാം വിധിയായി കരുതി ജനങ്ങൾ സമാധാനിച്ചുപോന്നു.

അന്നും കാലാവസ്ഥയേയും മഴയേയും പ്രവചിക്കാനുള്ള ശ്രമങ്ങൾ നടത്തിയിരുന്നു. അശ്വതി മുതൽ രേവതി വരെയുള്ള നക്ഷത്രങ്ങളുടെ പേരിലുള്ള ഞാറ്റുവേലകളിൽ അന്നുള്ളവർ വർഷക്കാലത്തേയും വേനൽക്കാലത്തേയും സ്വന്തം നിരീക്ഷണങ്ങളുടെ അടിസ്ഥാനത്തിൽ ചിട്ടപ്പെടുത്തി. അതനുസരിച്ചുള്ള കൃഷിയും ജീവിതവും രൂപപ്പെടുത്തി. ചെറിയ രീതിയിലുള്ള പ്രവചനങ്ങൾ ഉണ്ടായിരുന്നു. 'കാർത്തിക കാലിൽ കാലടി നനച്ചാൽ കാർത്തിക മുക്കാലിൽ മുടിവരെ വെള്ളം' എന്ന ചൊല്ലിനർത്ഥം, കാർത്തിക ഞാറ്റുവേലയുടെ ആദ്യ ദിനങ്ങളിൽ ചെറിയ മഴ പെയ്താൽ ആ ഞാറ്റുവേലയുടെ അവസാന നാളുകളിൽ കനത്തമഴപെയ്യും എന്നാണ്. 'കാർത്തിക കള്ളൻ വാഴങ്കയ്യുണക്കും' എന്നതിന് കാര്യമായി കാറ്റും മഴക്കാറും ചാറ്റൽ മഴയും ഉണ്ടാകുമെന്നും അതു കാരണം വാഴയ്ക്ക് നനയ്ക്കുന്ന പതിവ് നിർത്തുകയും കാര്യമായി മഴപെയ്യാതെ വാഴ ഉണങ്ങുകയും ചെയ്യും എന്നാണ് അർത്ഥം.

ആ കാലമൊക്കെ പോയി. കൊടുങ്കാറ്റും പ്രളയവും അടക്കമുള്ള പ്ര

കൃതിദുരന്തങ്ങൾ തുടർക്കഥകളായി. അങ്ങനെയാണ് കത്രീന, ഓഖി, ലൂബാൻ, ഫാനി, മഹ എന്നിങ്ങനെയുള്ള നാമകരണങ്ങളുണ്ടായത്. സ്വന്തം നേട്ടങ്ങൾക്കുവേണ്ടി മനുഷ്യൻ മണ്ണിനെയും വെള്ളത്തേയും വായുവിനേയും ആകാശത്തേയുമെല്ലാം നിരന്തരം ദുരുപയോഗം ചെയ്തതിന്റെ പരിണതഫലങ്ങളാണ് ഇന്നു നാം നേരിടുന്ന പ്രകൃതിക്ഷോഭങ്ങളും ദുരന്തങ്ങളും മറ്റും എന്നതിന് യാതൊരു സംശയവുമില്ല. ഇപ്രകാരത്തിലുള്ള ഒരു കൊടുങ്കാറ്റ് എന്റെ ജനനത്തേയും കുട്ടിക്കാലത്തെയും കുറിച്ചുള്ള കേട്ടുകേൾവിയിൽ ബന്ധപ്പെട്ടു കിടക്കുന്നുണ്ട്.

തൃശ്ശൂർ ജില്ലയിലെ കണ്ടാണശ്ശേരി പഞ്ചായത്തിലെ കരിയന്നൂർ ദേശത്ത് താമസിച്ചിരുന്ന പനങ്ങാട്ട് കറപ്പുവിന്റേയും അമ്മുക്കുട്ടിയമ്മയുടേയും അഞ്ചാമത്തെ മകനായാണ് ഞാൻ ജനിച്ചത്. അച്ഛനും അമ്മയ്ക്കും ഞങ്ങൾ പത്തു മക്കളായിരുന്നു. അതിൽ രണ്ടു സഹോദരിമാർ ചെറുപ്പത്തിലേ മരിച്ചു. പിന്നെ ഏഴ് ആണും ഒരു പെണ്ണുമാണ് ശേഷിച്ചത്.

അച്ഛൻ വളരെക്കാലം കൊളമ്പിലായിരുന്നു ജോലി. കൊളമ്പ് എന്നാൽ സിലോൺ, ഇന്നത്തെ ശ്രീലങ്ക. അക്കാലത്ത് ജോലി ചെയ്ത് പണം സമ്പാദിക്കാനായി കൊളമ്പിലേയ്ക്ക് പോകുന്ന പതിവുണ്ടായിരുന്നു. നാട്ടിലെ കാർഷികവൃത്തികൊണ്ട് ഒന്നും മിച്ചം വെയ്ക്കാനാവില്ലെന്ന് തിരിച്ചറിയുന്നവരായിരുന്നു അപ്രകാരം പോയിരുന്നത്. അച്ഛന് ഒരു ജ്യേഷ്ഠനും അഞ്ചുസഹോദരിമാരുമാണ് ഉണ്ടായിരുന്നത്. അച്ഛൻ സിലോണിൽ നിന്നും പണം അയയ്ക്കാറുണ്ടായിരുന്നു. അതെല്ലാം കൈകാര്യം ചെയ്തിരുന്നതും വീട്ടിലെ കാര്യങ്ങൾ നോക്കിയിരുന്നതും ഞങ്ങൾ വലിയച്ഛൻ എന്നു വിളിച്ചിരുന്ന അച്ഛന്റെ ജ്യേഷ്ഠനായിരുന്നു. വലിയച്ഛന് കൃഷികൂടാതെ അടയ്ക്കാ കച്ചവടം ഉണ്ടായിരുന്നു. കവുങ്ങിൻ തോപ്പുകളിലെ അടയ്ക്ക സീസൺ ആകുന്നതിനു മുന്നെ കുറഞ്ഞ വിലയ്ക്ക് കർഷകരിൽനിന്നും കരാർ അടിസ്ഥാനത്തിൽ മുൻകൂർ പണം കൊടുത്ത് വാങ്ങി, സീസൺ സമയത്ത് അടയ്ക്ക പറിച്ച് കൂടുതൽ വിലയ്ക്ക് വിൽക്കുക എന്നതായിരുന്നു ആ കച്ചവടത്തിന്റെ രീതി.

വർഷങ്ങൾക്കു ശേഷം കൊളമ്പിലെ പണിയെല്ലാം അവസാനിപ്പിച്ച് അച്ഛൻ നാട്ടിലേയ്ക്ക് തിരിച്ചുവന്നു. ഇല്ലായ്മയും കഷ്ടപ്പാടുകളുമായി കാലം മുന്നോട്ടുപോയി. അക്കാലത്തെല്ലാം ഞങ്ങൾക്ക് താങ്ങും തണലുമായി ഉണ്ടായിരുന്നത് അച്ഛാച്ഛനായിരുന്നു എന്നാണ് പറഞ്ഞ് കേട്ടിട്ടുള്ളത്. അച്ഛാച്ഛൻ എന്നാൽ അമ്മയുടെ അച്ഛൻ. മുല്ലശ്ശേരി വെങ്കിടങ്ങ് ദേശത്ത് എടുവായിൽ അയ്യപ്പൻ. നാലു സഹോദരന്മാരും ഒരു സഹോ

ദരിയുമാണ് അമ്മയ്ക്കുണ്ടായിരുന്നത്. സാമാന്യം സാമ്പ ത്തിക ഭദ്രത യുള്ള ഒരു കുടുംബം. അമ്മയുടെ പരാധീനത മനസ്സിലാക്കിയിട്ടെന്നവ ണ്ണം അച്ഛാച്ഛൻ ഞങ്ങളെ നിർല്ലോഭം സഹായിച്ചിരുന്നു.

1941ലെ ഇടവമാസത്തിന്റെ തുടക്കത്തിൽ മഴ തുടങ്ങുന്നതിനു മുന്നെ അച്ഛാച്ഛൻ വന്ന് പണിക്കാരെ വിളിച്ച് വീടിന്റെ അറ്റകുറ്റ പണികളെല്ലാം നടത്തി. വീടിന്റെ മേൽക്കൂരയ്ക്ക് ആവശ്യമായ കഴുക്കോലുകളും പട്ടി കയും മറ്റും പണിതു. അടുത്ത വേനലിൽ വീട് ഓടുമേയാമെന്ന് പറ ഞ്ഞ് അച്ഛാച്ഛൻ പോയി. ദിവസങ്ങൾ കഴിഞ്ഞപ്പോഴേയ്ക്കും ഇടവപ്പാ തിയെത്തി. പതിവിലും കൂടുതൽ കനത്തുപെയ്തു. മഴയ്ക്കൊപ്പം വീ ശാറുള്ള പടിഞ്ഞാറൻ കാറ്റിന്റെ സ്വഭാവം മാറി. അത് ഒരു കൊടുങ്കാറ്റാ യി ആഞ്ഞുവീശി. നിരവധി വീടുകൾ തകർന്നെന്നും അനവധി മരങ്ങൾ കടപുഴകി വീണെന്നും പറഞ്ഞുകേട്ടിട്ടുണ്ട്. കൊടുങ്കാറ്റ് ശാന്തമായി, എല്ലാവരും സമാധാനമായിരിക്കുമ്പോഴാണ് അമ്മയെ നടുക്കിക്കൊണ്ട് മറ്റൊരു കൊടുങ്കാറ്റായി അച്ഛാച്ഛന്റെ പെട്ടെന്നുള്ള മരണവാർത്ത എ ത്തിയത്. അച്ഛാച്ഛൻ മരിച്ചതിന്റെ നാലാം ദിവസമായിരുന്നത്രെ എന്റെ ജനനം. അതിനാൽ അച്ഛാച്ഛന്റെ പേരാണ് എനിക്കിട്ടത്, അയ്യപ്പൻ. അ ച്ഛാച്ഛന്റെ മരണശേഷം അമ്മാവന്മാരുടെ സഹായം ഞങ്ങൾക്കുണ്ടായി രുന്നു. അതുകൊണ്ടൊക്കെയാണ് അക്കാലത്ത് ജീവിതം മുന്നോട്ടു നീ ങ്ങിയത്.

ഇരിങ്ങപ്പുറം എസ്.എം.യു.പി. സ്കൂളിലാണ് എന്റെ വിദ്യാഭ്യാസം ആരംഭിക്കുന്നത്, 1946ൽ. എനിക്ക് ആദ്യാക്ഷരങ്ങൾ പറഞ്ഞ് തന്ന ആ ദരണീയരായ ഗുരുനാഥന്മാർ, അതിൽ ചിലരുടെ ഓർമ്മകൾ എടുത്തു പറയാതെ വയ്യ. എന്റെ ക്ലാസ് ടീച്ചർ പണിക്കർ മാഷായിരുന്നു. വളരെ പാവമായിരുന്നു അദ്ദേഹം. സാമ്പത്തിക ബുദ്ധിമുട്ടുകൾ ഉണ്ടായിരുന്നു. പിന്നെ ഉട്ടൂപ്പ്മാഷ്, മാക്കൻമാഷ്, കണ്ടുണ്ണിമാഷ് എന്നിവരുടെ ക്ലാസ്സു കളിലും പഠിക്കാൻ അവസരം കിട്ടിയിട്ടുണ്ട്.

കണ്ടുണ്ണിമാഷ് വളരെ മുൻകോപിയായിരുന്നു. വെറുതെ നോക്കി യാൽമതി കുട്ടികൾ പേടിച്ചുവിറയ്ക്കും. ക്ലാസിൽ കുട്ടികൾ സംസാരി ച്ചാൽ മാഷ് ശിക്ഷ കൊടുത്തിരുന്നത് ഒരു പ്രത്യേക രീതിയിലായിരു ന്നു. ആൺകുട്ടികളും പെൺകുട്ടികളും ക്ലാസ്സ്മുറിയുടെ രണ്ട് ഭാഗത്തു ള്ള ബെഞ്ചുകളിൽ വേറെയായാണ് ഇരിക്കുക. സംസാരിച്ച പെൺകുട്ടി കളുടെ അടുത്ത് ഏതെങ്കിലും ആൺകുട്ടികളെ കൊണ്ടുവന്നിരുത്തും. അതാണ് ശിക്ഷാരീതി. അന്ന് പടുത്താംകുളങ്ങര ഗോപാലൻ വൈദ്യ രുടെ രണ്ടാമത്തെ മകൾ ലളിതയും ഞാനും ഒരേ ക്ലാസ്സിൽ ആയിരു

ഇരിങ്ങപ്പുറം എസ്.എം.യുപി സ്കൂൾ

ന്നു. ലളിത വായാടിയായിരുന്നു. ഒരു ദിവസം മാഷ് ലളിത സംസാരിക്കുന്നത് കാണുകയും ശിക്ഷയായി ലളിതയുടെ അടുത്ത് എന്നെ ഇരുത്തുകയും ചെയ്തു.

എസ്.എം.യു.പി. സ്കൂളിന്റെ നൂറാം വർഷം 2014ൽ വിപുലമായി ആഘോഷിച്ചിരുന്നു. അതിൽ പങ്കെടുത്ത് വേണ്ടുന്നതായ സഹായങ്ങൾ ചെയ്തുകൊടുക്കാൻ കഴിഞ്ഞത് വലിയ ഭാഗ്യമായും ഇവിടെ ആദ്യാക്ഷരങ്ങൾ പഠിക്കാൻ കഴിഞ്ഞു എന്നത് അഭിമാനമായും കരുതുന്നു. എസ്.എം.യു.പി. സ്കൂളിന്റെ പൂർവ്വവിദ്യാർത്ഥികളുടെ കൂട്ടായ്മ വളരെ നല്ല നിലയിൽ പ്രവർത്തിക്കുന്നതിനാൽ സ്കൂളിന്റെ അഭിവൃദ്ധിക്കു വേണ്ട സഹായങ്ങൾ ചെയ്യാൻ കഴിയുന്നുണ്ട്. കൂടാതെ സ്കൂളിന്റെ പുതിയ മാനേജ്മെന്റ് എല്ലാ അർത്ഥത്തിലും നല്ല സഹകരണം നൽകുന്നുമുണ്ട്. ചൊവ്വല്ലൂർ കൃഷ്ണൻകുട്ടിയെപോലുള്ള പ്രശസ്തരായ പലരും ഈ സ്കൂളിൽ ആദ്യാക്ഷരം പഠിച്ചവരാണ്. എന്റെ ജ്യേഷ്ഠന്റെ മകനും ഡോക്ടറുമായ ഷാജി (MBBS, MD) ഇവിടുത്തെ പൂർവ്വവിദ്യാർത്ഥിയാണ്.

കളിച്ചും ചിരിച്ചും കൂട്ടുകാരോടൊത്ത് ആർത്തുല്ലസിച്ച് നടന്നിരുന്ന ആ കാലം ഇങ്ങിനി തിരിച്ചുവരാത്തവിധം കടന്നുപോയിരിക്കുന്നു. അ

ല്ലലറിയാത്ത നാളുകൾ. ചക്കയും മാങ്ങയും കശുമാങ്ങയും പഴുത്തുവിളയുന്ന മദ്ധ്യവേനലവധിക്കാലം. കൊന്നമരങ്ങൾ മെയ്യാസകലം പൊന്നണിഞ്ഞ് നിൽക്കുന്ന വിഷുക്കാലം. തൊടിയിലെങ്ങുമുള്ള പൂക്കളിറുത്ത് പൂക്കളം തീർക്കുന്ന ഓണക്കാലം. തിരുവാതിര, ശിവരാത്രി, വേലകൾ, പൂരങ്ങൾ..! അങ്ങിനെ എന്തെല്ലാം... ഉത്സവങ്ങളുടെ മേളം. പാണന്റെ തുടിയും പറയന്റെ ചെണ്ടയും മണ്ണാന്റെ നന്തുണിയും ചേർന്നൊരുക്കുന്ന നാട്ടിൻപുറത്തിന്റെ നാദവിസ്മയങ്ങൾ...! ഇപ്പോഴും കാതിൽ മുഴങ്ങുന്നു, ആരവങ്ങളോടെ.

എന്റെ കുട്ടിക്കാലത്തെ ഓണം ആഘോഷങ്ങളുടെ ഒരു പരമ്പരയാണ്. അത്തം തുടങ്ങി പത്തുദിവസം പൂക്കളമിട്ടുകൊണ്ടുള്ള ഓണം വരവേൽപ്പാണ്, കുട്ടിസഞ്ചിയും പൂവട്ടികളും ഓണത്തിന്റെ പ്രത്യേകതകളാണ്. എല്ലാ വേലിയോരങ്ങളിലും പൂത്തുനിൽക്കുന്ന എല്ലാതരം പൂക്കളും അറുത്ത് പൂവട്ടികളിൽ നിറച്ച് കൊണ്ടുവന്നാണ് പൂക്കളം ഇട്ടിരുന്നത്. ചെറിയ ഒരു പറമ്പായിരുന്നു ഞങ്ങളുടേത്. അന്ന് ഓണമായാൽ പറമ്പിൽ മൈസൂർവാഴകൾ കുലച്ച്, മൂത്ത്, ഒരു പ്രത്യേക നിറത്തോടുകൂടി നിൽക്കുന്നത് കാണാൻ നല്ലരസമാണ്. ഓണത്തിന് മൂന്ന് ദിവസം മുമ്പ് അച്ഛനും മക്കളും കൂടി ചേർന്ന് വാഴക്കുലകൾ വെട്ടി പഴുക്കാൻ വെക്കും. വീടിനോട് ചേർന്ന് കന്നുകാലിത്തൊഴുത്തിന്റെ ഭിത്തിക്ക് താഴെ ഒരു മൂലയിൽ വൈക്കോൽ ഇട്ട് കായക്കുലകൾ അതിൽ അടക്കി വെച്ച് വൈക്കോൽകൊണ്ട് പൊതിഞ്ഞശേഷം മണ്ണ് നനച്ച് മൊത്തം പൊതിയും. അതിനുശേഷം ചിരട്ടക്ക് ദ്വാരം ഉണ്ടാക്കി അതിൽ തീക്കനൽ ഇട്ട് ഒരു ഭാഗത്തുകൂടി പുക കൊടുക്കും. മൂന്നാംദിവസം പൊളിച്ചെടുത്ത് പഴക്കുലകൾ മുറികളിൽ കെട്ടിതൂക്കിയിടും.

നാലും അഞ്ചും കുലകൾ ഉണ്ടായിരിക്കും. അതുകാണുമ്പോൾ കണ്ണിനും മനസ്സിനും ഉണ്ടായിട്ടുള്ള സന്തോഷം ഇന്നും മനസ്സിൽ തങ്ങിനിൽക്കുന്നു. നേന്ത്രക്കുലകൾ വാങ്ങിക്കുവാൻ പൈസ ഉണ്ടാകുമായിരുന്നില്ല. അച്ഛൻ ചന്തയിൽ പോയി ചില്ലറയായി നേന്ത്രപ്പഴം വാങ്ങി വരാറായിരുന്നു പതിവ്. അതുപോലെ പപ്പടവും ഉപ്പേരി വറുത്തതും ഓണത്തിന്റെ മാത്രം പ്രത്യേകതയായിരുന്നു.

ഓണത്തിന്റെ കളികൾ അന്ന് പലവിധമായിരുന്നു. അഞ്ചുദിവസം തീർത്തും തകർപ്പൻ കളികളാണ്. കാറയോട്ട്, വില്ലുകൊട്ട്, പൂതംകെട്ടൽ, (വാഴയുടെ ഉണങ്ങിയ ഇല ദേഹത്തുവെച്ചുകെട്ടി) മുഖത്ത് ആളെ അറിയാത്തവിധം മാസ്ക് കെട്ടിയാണ് ഓരോ വീട്ടിലും കളിക്കാൻ പോയിരുന്നത്. എല്ലാവീട്ടുകാരും പഴവും ഉപ്പേരിയും എല്ലാം തരും – വിശ

ക്കുമ്പോൾ ഇടവിട്ട് ഇടവിട്ട് വീട്ടിൽ വന്ന് ഭക്ഷണം കഴിക്കും, പിന്നെയും കളിക്കാൻ പോകും. അത്രയും ആഹ്ലാദമായിരുന്നു ചെറുപ്പത്തിൽ ഓണം സമ്മാനിച്ചിരുന്നത്.

ഓർമ്മകളിലെ ഓണം വർണ്ണശബളമാണ്. കാരണം ജീവിതവൃത്തിയ്ക്കായി കഷ്ടപ്പെടുന്ന മനുഷ്യർക്ക് ആണ്ടിലൊരിക്കൽ വീണുകിട്ടുന്ന വിഭവസമൃദ്ധിയുടേയും സുഭിക്ഷതയുടേയും ഒരേ ഒരു ദിവസമാണ് ചിങ്ങമാസത്തിലെ തിരുവോണം. പുത്തനുടുപ്പും പൂവിളിയും നേന്ത്രപ്പഴവും തൃക്കാക്കരയപ്പനെയുമൊക്കെ അന്നത്തെ ആഘോഷങ്ങൾ അടയാളപ്പെടുത്തിയിരുന്നു. പക്ഷെ ഇന്നിപ്പോൾ നേന്ത്രപ്പഴത്തിനും വിഭവസമൃദ്ധമായ സദ്യയ്ക്കും വേണ്ടി ആർക്കും ചിങ്ങമാസത്തിലെ തിരുവോണം വരെ കാത്തിരിക്കേണ്ടിവരുന്നില്ല. സാമൂഹിക, സാമ്പത്തിക, സാംസ്കാരിക രംഗങ്ങളിൽ സമൂലമായി സംഭവിച്ചിട്ടുള്ള പരിവർത്തനം കൊണ്ടുതന്നെയാകാം, ഇന്ന് പഴയകാലത്തെ ആചാരങ്ങൾക്കും ആഘോഷങ്ങൾക്കും പ്രസക്തിയില്ലാതായിരിക്കുന്നു.

1947 ആഗസ്റ്റ് 15ന് ഇന്ത്യയ്ക്ക് സ്വാതന്ത്ര്യം ലഭിച്ച ദിവസം. ആ ദിവസം ഇപ്പോഴും നിറം മങ്ങാതെ ഓർമ്മയിലുണ്ട്. അദ്ധ്യാപകരുടെ നേതൃത്വത്തിൽ ഞങ്ങൾ വിദ്യാർത്ഥികൾ 'ഭാരത് മാതാ കീ ജയ്' വിളിച്ചുകൊണ്ട് നടത്തിയ ജാഥ. അത് ഒരനുഭവം തന്നെയായിരുന്നു. 'മഹാത്മാഗാന്ധി കീ ജയ്' എന്ന് വിളിക്കുമ്പോൾ ഞങ്ങളുടെ കുഞ്ഞുമനസ്സുകളിൽ ആ മഹാത്മാവിന്റെ രൂപം വളർന്നു വലുതാവുകയായിരുന്നു. മഹാത്മാവ് എന്ന വാക്കിന്റെ അർത്ഥത്തേക്കാൾ ആ വ്യക്തിയാണ്, വ്യക്തിത്വമാണ് ഞങ്ങളുടെ ഉള്ളിൽ നിറഞ്ഞുനിന്നിരുന്നത്, ഇപ്പോഴും അങ്ങിനെത്തന്നെയാണ്. സ്വാതന്ത്ര്യത്തിന് മുമ്പുള്ള ജീവിതവും സ്വാതന്ത്ര്യാനന്തര കാലഘട്ടത്തിലെ ജീവിതവും അനുഭവിച്ചറിയാൻ കഴിഞ്ഞിട്ടുള്ള ഒരാളാണ് ഞാൻ. അതുകൊണ്ടുതന്നെ നാളിതുവരെ നമ്മുടെ നാട്ടിലെ സാമൂഹിക, സാംസ്കാരിക, സാമ്പത്തിക രംഗത്തുണ്ടായിട്ടുള്ള മാറ്റങ്ങളൊക്കെയും ഉൾക്കൊള്ളാൻ എനിക്ക് സാധിച്ചിട്ടുണ്ട്.

എനിയ്ക്ക് ഓർമ്മവെയ്ക്കുമ്പോൾ മൂത്ത രണ്ടു സഹോദരന്മാരേയും അമ്മാവന്മാർ സിലോണിലേക്ക് കൊണ്ടുപോയിരുന്നു. രണ്ടുപേരും താമസിയാതെ തിരിച്ചുപോന്നു. രണ്ടാമത്തെയാൾ (ശേഖരൻ) അമ്മാവന്മാരുടെ സഹായത്താൽ അത്യാവശ്യം ഇംഗ്ലീഷ് വിദ്യാഭ്യാസം കരസ്ഥമാക്കാൻ കഴിഞ്ഞിരുന്നു. കൂലിവേല ചെയ്താണ് അച്ഛൻ ഞങ്ങളെ വളർത്തിയത്.

ജോലി തേടി പലരും കുടകിലേക്ക് പോകുന്നകാലം. രാഘവജ്യേ

ഷ്ഠനും ശേഖരജ്യേഷ്ഠനും കുടകിൽ പോകുവാൻ സന്നദ്ധരായി. യാത്ര ക്കൂലിക്ക് പണം ഇല്ല. മുറ്റത്ത് നിന്നിരുന്ന പുളിമരം മുറിച്ചുവിറ്റു. ആ പ ണവുമായി ഇരുവരും കുടകിലേയ്ക്ക് പോയി. എന്നാൽ അവിടെ കാര്യ ങ്ങൾ അത്ര ശരിയല്ലെന്നും ജോലി കിട്ടുക എളുപ്പമല്ലെന്നും മനസ്സിലാ ക്കിയ ശേഖരജ്യേഷ്ഠൻ അധികം വൈകാതെ മടങ്ങി. രാഘവജ്യേഷ്ഠ നെക്കുറിച്ച് പിന്നീട് കുറേ കാലത്തേയ്ക്ക് ഒരു വിവരവും ഇല്ലായിരു ന്നു. വിട്ടിലേയ്ക്ക് കത്തോ പണമോ അയച്ചില്ല. പിന്നീടൊരിക്കൽ ഒരു പോസ്റ്റ് കാർഡ് വന്നു. "താൻ ആസ്പത്രിയിലാണെന്നും അച്ഛൻ ഉടനെ വന്നില്ലെങ്കിൽ പിന്നീട് എന്നെ കാണാൻ കഴിയില്ല" എന്നുമായിരുന്നു അതിൽ എഴുതിയിരുന്നത്. ഇത് വായിച്ച അമ്മ കരയാൻ തുടങ്ങി. അ ച്ഛൻ ഉടനെ എവിടെനിന്നോ പണം കടം വാങ്ങി അന്നുതന്നെ കുടകി ലേയ്ക്ക് പോയി. അവിടെ എത്തിയപ്പോൾ ആസ്പത്രിയിൽ നിന്നും പേ രുവെട്ടിയശേഷം റോഡരുകിൽ കാത്തുനിൽക്കുന്ന രാഘവജ്യേഷ്ഠനെ യാണ് കണ്ടത്. തിരിച്ചറിയാനാകാത്ത വിധം അയാൾ ശോഷിച്ച് എല്ലും തോലുമായി മാറിയിരുന്നു. അച്ഛൻ ജ്യേഷ്ഠന് ഹോട്ടലിൽ നിന്ന് ഭക്ഷ ണമെല്ലാം വാങ്ങിക്കൊടുത്ത് വീട്ടിലേയ്ക്ക് കൊണ്ടുവന്നു. ഞങ്ങൾക്കെ ല്ലാവർക്കും ജ്യേഷ്ഠൻ കൊണ്ടുവന്ന മലമ്പനിയും ചൊറിയും പിടിപെ ട്ടു. ഇതും കുട്ടിക്കാലത്തെ മറക്കാനാവാത്ത സംഭവമാണ്.

കുടകിൽ നിന്ന് നേരത്തെ മടങ്ങിയെത്തിയ ശേഖരജ്യേഷ്ഠൻ ഒരു സുഹൃത്തിന്റെ കൂടെ ജോലി തേടി ബോംബെയിലേക്ക് പോകുകയാ യിരുന്നു. ബോംബെയിൽ വെച്ച് മർച്ചന്റ് നേവിയിൽ ജോലികിട്ടി. 1952- ലായിരുന്നു അത്. എനിക്കന്ന് 11 വയസ്സ്. കപ്പൽ ലണ്ടനിലായതിനാൽ ജോലിയിൽ പ്രവേശിക്കുന്നതിനായി ജ്യേഷ്ഠൻ എയർ ഇന്ത്യ വിമാന ത്തിലാണ് അങ്ങോട്ട് പോയത്. ഞങ്ങളുടെ ഒരു വലിയച്ഛന്റെ മകൻ കു മാരജ്യേഷ്ഠൻ ഇക്കാര്യത്തിൽ ശേഖരജ്യേഷ്ഠനെ പണം നൽകി സ ഹായിച്ചിരുന്നു. മർച്ചന്റ് നേവിയിൽ ജോലി ലഭിച്ച ശേഷം മാസം അമ്പ തുരൂപ വെച്ച് വീട്ടിലേക്ക് അയച്ചുതരുമായിരുന്നു. അതുകൊണ്ട് കുടും ബം പട്ടിണികൂടാതെ ജീവിച്ചുപോന്നു. അച്ഛനെ സംബന്ധിച്ചിടത്തോ ളം അത് വലിയൊരു സഹായമായിരുന്നു, ആശ്വാസവും.

മൂന്നാമത്തെ ജ്യേഷ്ഠൻ (ശ്രീധരൻ) ചെറുപ്പം മുതലേ കൃഷി കാര്യ ങ്ങളിൽ ആഭിമുഖ്യം പുലർത്തിയിരുന്നു. മാത്രവുമല്ല കുടുംബത്തിനു വേണ്ടി തന്നാലാവുന്നത് ചെയ്യുക എന്നൊരു മനോഭാവം എപ്പോഴും വ ച്ചുപുലർത്തിയിരുന്നു. ആ കാലത്ത് ഞങ്ങളുടെ ഒരു സ്വന്തക്കാരുടെ വീട്ടിൽ താമസിച്ച് വീട്ടുജോലികളിൽ സഹായിച്ചും കന്നുകാലികളെ പ

രിപാലിച്ചുമൊക്കെ അദ്ദേഹത്തിന് കിട്ടിയിരുന്ന വരുമാനം അച്ഛനൊരു കൈത്താങ്ങായിരുന്നു. അണ്ണാറക്കണ്ണനും തന്നാലായത് എന്ന് പറയാറില്ലേ? അതുപോലെ.

നാട്ടിൻപുറത്ത് വേനൽക്കാലത്ത് പറമ്പ് നനയ്ക്കാൻ കാളത്തേക്കിനെയായിരുന്നു ആശ്രയിച്ചിരുന്നത്. പമ്പുസെറ്റും മോട്ടോറുമൊക്കെ എന്താണെന്നുപോലും അറിയാത്ത കാലം. അമ്മാവന്മാരുടെ സഹായത്താൽ ഒരേറ് പോത്തിനെ വാങ്ങി അച്ഛൻ. പോത്തുകളെ ജോഡികളായാണ് കർഷകർ വാങ്ങുകയും വിൽക്കുകയും ചെയ്യുക. കാരണം, നിലം ഉഴുവാനോ വെള്ളം തേവുന്നതിനോ ആണ് ഇപ്രകാരം പോത്തുകളെ വാങ്ങുക. രണ്ടിനായാലും ഒരു ജോഡി വേണം. ശ്രീധരേട്ടൻ മറ്റുള്ളവരുടെ തെങ്ങിൻപറമ്പും കവുങ്ങിൻപറമ്പുമൊക്കെ കരാറെടുത്ത് തേവാനും പൂട്ടാനും തുടങ്ങി. തേക്കും തിരിയും രണ്ട് ജോലികളാണ്. ആഴമുള്ള കിണറ്റിൽ നിന്നോ കുളത്തിൽനിന്നോ കന്നുകാലികളുടെ കരുത്തുപയോഗിച്ച് വെള്ളം മുകളിലെത്തിക്കുന്ന സാങ്കേതികവിദ്യയാണ് തേ

കാളത്തേക്കിനെ ആശ്രയിച്ച്
പറമ്പ് നനക്കുന്ന ഒരു കാലഘട്ടം

ക്ക്. കുട്ട, തുമ്പി, വട്ട്, ഉരുള്, പടുക്ക, കരങ്കാൽ, കമ്പക്കയർ, തുമ്പിക്കയർ, നുകം, കാളനട എന്നിങ്ങനെയുള്ള ഘടകങ്ങളാണ് ഇതിനായി തയ്യാറാക്കുക.

മുകൾഭാഗം വ്യാസം കൂടുതലുള്ളതും അടിഭാഗം വ്യാസം കുറഞ്ഞതുമായ വലിയ ഇരുമ്പുപാത്രമാണ് കുട്ട. ഇതിന്റെ മുകൾഭാഗത്ത് കയറു കെട്ടുവാനായി അർധവൃത്താകൃതിയിലുള്ള രണ്ട് കമ്പികൾ തലങ്ങും വിലങ്ങുമായി ഘടിപ്പിച്ചിരിക്കും. അതിൽ കെട്ടിയ കമ്പക്കയർ (വണ്ണമുള്ള കയർ) കിണറിന്റെ കരയിലെ കരങ്കാലിൽ ഉറപ്പിച്ച ഫ്രെയിമിലെ കറങ്ങുന്ന വട്ടിലൂടെ കോർത്തിരിക്കും. അതിനു പാകത്തിൽ വട്ടിന്റെ ചുറ്റുമുള്ള പ്രതലത്തിൽ കയറിന്റെ വണ്ണമനുസരിച്ചുള്ള പൊഴിയുണ്ടാകും. കര എന്നാൽ ഒരുതരം ചെറിയ മരമാണ്. വട്ടിലും അത് ഘടിപ്പിച്ച ഫ്രെയിമിലുമാണ് കുട്ടയിലെ വെള്ളത്തിന്റെ ഭാരം പ്രധാനമായും എത്തുക. ആ ഭാരം താങ്ങാൻ തക്ക ബലമുള്ള കരയുടെ രണ്ട് കാലുകൾ അല്പം കിണറ്റിലേയ്ക്ക് ചായ്ച്ച് നാട്ടും. അതാണ് കരങ്കാൽ. കുട്ടയുടെ കീഴ്ഭാഗത്തെ തീരെ വ്യാസം കുറഞ്ഞ ദ്വാരത്തിൽ നിന്നും വെള്ളം പുറത്തേയ്ക്ക് ഒഴുക്കാൻ പാകത്തിന് ഘടിപ്പിക്കുന്ന തുകലിന്റെ ഒരു നീണ്ട കുഴലാണ് തുമ്പി. കണ്ടാൽ ആനയുടെ തുമ്പിക്കൈ പോലെ തോന്നുന്നതിനാലാണ് തുമ്പി എന്ന് പറയുന്നത്. തുമ്പിയുടെ അറ്റത്ത് കെട്ടുന്ന കയറാണ് തുമ്പിക്കയർ. അത് കമ്പക്കയറിനെ അപേക്ഷിച്ച് വണ്ണം കുറവായിരിക്കും. ഈ കയറിന്റെ അറ്റം മുകളിലേക്ക് കൊണ്ടുവന്ന് കരങ്കാലുകളുടെ താഴെ മധ്യത്തിൽ ഘടിപ്പിച്ചിരിക്കുന്ന ഉരുളിന് മുകളിലൂടെ പുറത്തേക്കിടും. മുകളിലെ വട്ടിന് സമാന്തരമായി കറങ്ങുന്ന മരത്തിൽ നിർമ്മിച്ച ഒരു നീണ്ട തണ്ടാണ് ഉരുൾ. മുകളിൽ വട്ടിലൂടെ കറങ്ങിവരുന്ന കമ്പക്കയറിന്റെ അറ്റവും താഴെ ഉരുളിലൂടെ കറങ്ങിവരുന്ന തുമ്പിക്കയറിന്റെ അറ്റവും ചേർത്ത് കെട്ടി അത് രണ്ട് പോത്തുകളുടെ ചുമലിനെ ബന്ധിപ്പിച്ച് വെച്ചിരിക്കുന്ന നുകത്തിന്റെ മധ്യഭാഗത്ത് കെട്ടിയുറപ്പിച്ചിരിക്കും.

തേക്കുകാരൻ പോത്തുകളെ പുറകോട്ട് നടത്തുമ്പോൾ കുട്ടയും തുമ്പിയും കിണറ്റിലേയ്ക്ക് താഴുകയും കുട്ടയിൽ വെള്ളം നിറയുകയും ചെയ്യും. പോത്തുകളെ കാളനടയിലെ ഇറക്കത്തിലൂടെ മുന്നോട്ട് പായിക്കുമ്പോൾ കുട്ടയും തുമ്പിയും ഉയർന്നുവരികയും കരങ്കാലിനു സമീപം കല്ലുകൊണ്ട് കെട്ടിയിരിക്കുന്ന പടുക്ക എന്ന തളത്തിലേയ്ക്ക് വെള്ളം വീഴുകയും ചെയ്യും. ഇപ്രകാരം കുട്ട മുകളിലേയ്ക്ക് വരുമ്പോൾ തുമ്പി പകുതിവെച്ച് മുകളിലേയ്ക്ക് മടങ്ങിയിരിക്കുന്നതിനാൽ വെള്ളം

ചോർന്നുപോകുകയുമില്ല. ഇങ്ങനെ എത്തുന്ന വെള്ളത്തെ മുൻകൂട്ടി ഒരുക്കിയ ചാലുകളിലൂടെ ഒരു തൂമ്പയുടെ സഹായത്തോടെ കവുങ്ങിന്റേയോ തെങ്ങിന്റേയോ തടത്തിൽ എത്തിക്കുന്ന ജോലിയാണ് തിരി എന്നു പറയുന്നത്. ഒഴുകി വരുന്ന വെള്ളത്തെ ശരിയായി തിരിച്ചുവിടുന്നതിനാലാണ് അപ്രകാരം പറയുന്നത്.

പുലരുന്നതിന് മുമ്പ് റാന്തൽവിളക്കിന്റെ അരണ്ട വെട്ടത്തിലായിരുന്നു ഞങ്ങളുടെ യാത്ര. ചിലപ്പോൾ റാന്തലിനു പകരം ചൂട്ടായിരിക്കും. ഇന്നത്തെ തലമുറക്ക് ചൂട്ട് എന്താണെന്നറിയണമെന്നില്ല. തെങ്ങോലയോ തെങ്ങിന്റെ അരിപ്പയോ കവുങ്ങിൻ പട്ടയോ ഒതുക്കി ചുരുട്ടി കെട്ടിയതാണ് ചൂട്ട്. ഇത് കത്തിച്ച് ആ വെളിച്ചത്തിൽ നടക്കുകയാണ് ചെയ്യുക. അങ്ങിനെ അതിരാവിലെ നടക്കുമ്പോൾ പക്ഷികളുടെ ശബ്ദത്തേക്കാൾ കാതുകളിൽ മുഴങ്ങുക വട്ടും ഉരുളും കറങ്ങുന്നതിന്റെ താളാത്മകമായ സ്വരവും നേരത്തേ തേക്കു തുടങ്ങിയ തേക്കുകാരൻ തന്റെ കാളകളെ തെളിക്കുന്ന തേക്കുപാട്ടിന്റെ ഈണവുമായിരുന്നു.

സ്കൂൾ പൂട്ടിയാൽ അമ്മയും ഞാനും ഇളയസഹോദരങ്ങളും കൂടി അമ്മാവന്റെ വീട്ടിലും അമ്മയുടെ അനിയത്തിയുടെ വീട്ടിലും (മനക്കൊടിയിലാണ് ഇളയമ്മയുടെ വീട്) കുറച്ചുദിവസം വിരുന്നിന് പോകും. അമ്മയുടെ അമ്മക്ക് ഞങ്ങളോട് വലിയ സ്നേഹമായിരുന്നു. വയറുനിറച്ച് ഭക്ഷണം തന്ന്, ഇഷ്ടപ്പെട്ടതെല്ലാം വാങ്ങിച്ചുതന്ന് ഞങ്ങളെ സന്തോഷിപ്പിച്ചിരുന്ന അമ്മാമയുടെ ആ സ്നേഹത്തിനുമുന്നിൽ ഇന്നും ഞാൻ ശിരസ്സ് നമിക്കുന്നു. ചെറിയമ്മയ്ക്കും പാപ്പനും ഞങ്ങളോട് വലിയ സ്നേഹമാണ്. മനക്കൊടിയിൽ അന്ന് ചക്കയും മാങ്ങയും ധാരാളമായി ഉണ്ടായിരുന്നു. ഇളയമ്മയുടെ മക്കൾ പുരുഷോത്തമൻ, വിശ്വംഭരൻ, കാർത്തികേയൻ, ശശീധരൻ എന്നീ 4 ആൺമക്കളും മണി, മീര, വിമല എന്നീ 3 പെൺമക്കളുമാണ് ഉണ്ടായിരുന്നത്. ഞാൻ ബോംബെയിൽ ഉണ്ടായിരുന്നപ്പോൾ പാപ്പൻ ആവശ്യപ്പെട്ടതനുസരിച്ച് മൂത്തമകൻ പുരുഷോത്തമനെ ഞാൻ ബോംബെയിലേയ്ക്ക് കൊണ്ടുപോയി. കുറച്ചുനാൾ പുരുഷോത്തമൻ എന്നോടൊപ്പം താമസിച്ച് ടൈപ്പ് റൈറ്റിംഗ് പഠിക്കാൻ പോയി. പിന്നീട് പുരുഷോത്തമന്റെ ഒരു ബന്ധുവിന്റെ വീട്ടിലേയ്ക്ക് താമസംമാറി. 1970 ലോ 1971 ലോ മറ്റോ പുരുഷോത്തമൻ ബോംബെയിൽ നിന്ന് ദുബായിലേക്ക് പോയി. വർഷങ്ങൾക്കുശേഷം എനിക്ക് ദുബായിൽ പോകുവാനായി വിസ എടുക്കുന്നതിൽ പുരുഷോത്തമനും ഒരു പങ്കുവഹിച്ചിട്ടുണ്ട്. പാപ്പനും ഇളയമ്മയും ഇന്ന് ജീവിച്ചിരിപ്പില്ല.

ഒരിക്കൽ പതിനഞ്ചു പറനെല്ലുമായി അച്ഛനും വറീത് മാപ്പിളയും ചേർ

ന്ന് രാത്രിയിൽ ഇളയമ്മയുടെ വീട്ടിൽ നിന്നും നടന്നുവന്ന രംഗം ഇപ്പോഴും മനസ്സിൽ നിന്ന് വിട്ടുപോയിട്ടില്ല. ഇളയമ്മയുടെ വീടെന്ന് പറഞ്ഞാൽ തൃശ്ശൂരിനടുത്ത മനക്കൊടിയിലെ മേനോത്തു പറമ്പിൽ തറവാടാണ്. അവർക്ക് അന്ന് അല്ലലില്ലാതെ ജീവിക്കാവുന്ന ഒരു ചുറ്റുപാടുണ്ടായിരുന്നു. രണ്ടുപറമ്പുകളും അതിന് താഴെ കോൾനിലവും ഉണ്ടായിരുന്നു. ചക്കയും പ്രിയൂർമാങ്ങയും അന്ന് പറമ്പ് നിറച്ച് ഉണ്ടാകുമായിരുന്നു. ഞങ്ങൾക്ക് അത് അപൂർവ്വകാഴ്ചയായിരുന്നു. ഞാനും ചെറിയമ്മയുടെ മക്കളും പങ്കിട്ടിരുന്ന ആ ചെറുപ്പകാലത്തെ ഇന്നും മനസ്സിൽ സൂക്ഷിക്കുന്നു. വീട്ടിലെ സാമ്പത്തീക വിഷമങ്ങൾ മനക്കൊ ടിയിലെ പാപ്പനോട് പറഞ്ഞപ്പോൾ ഒരാളേയും കൂട്ടിവന്നാൽ നെല്ല് കൊണ്ടുപോകാമെന്ന് പാപ്പൻ പറഞ്ഞു. നെല്ലുകൊണ്ടുവരുന്നതിനായി അച്ഛൻ വറീത് മാപ്പിളയേയും കൂട്ടി മനക്കൊടിയ്ക്ക് നടന്നുപോയി. വറീത് മാപ്പിള ചുമലിൽ കാവുപയോഗിച്ച് ചുമട് എടുക്കുന്ന വിദ്വാനായിരുന്നു. ബലമുള്ള മൂത്തമുളയുടെ നടുപൊളിച്ച് കമ്പെല്ലാം കളഞ്ഞ് മിനുക്കിയെടുക്കുന്നതാണ് കാവ്. ഭാരമുള്ള വസ്തുക്കൾ ഈ മുളന്തണ്ടിന്റെ രണ്ടറ്റത്തും നിർമ്മിച്ചിട്ടുള്ള ഗ്രിപ്പുകളിൽ മുന്നിലും പുറകിലും തൂക്കിയിടും. അത്

ഭാരം ചുമലിൽ തൂക്കി കാവ് ചുമന്നു പോകുന്ന കാലം

തോളിലേറ്റിയാണ് കാവ് എടുക്കുന്നയാൾ നടക്കുക. രണ്ടറ്റത്തും തുല്യ ഭാരമുള്ളതിനാൽ നടക്കുവാൻ പ്രയാസം കുറവായിരിക്കും.

രാത്രിസമയത്ത് 15 പറ നെല്ല് കാവിൽ ചുമന്ന് വറീത് മാപ്പിളയും അച്ഛനും മനക്കൊടിയിൽ നിന്ന് നടന്നെത്തിയ സംഭവം എന്നെ ഇന്നും വല്ലാതെ ഇരുത്തിചിന്തിപ്പിക്കുന്നു. കാരണം അന്ന് ഈ പ്രദേശം കൊച്ചി മലബാർ എന്ന് രണ്ടായി വിഭജിക്കപ്പെട്ടിരുന്നു. മലബാർ പ്രദേശത്തുനിന്ന് കൊച്ചി പ്രദേശത്തേയ്ക്കോ കൊച്ചി പ്രദേശത്തുനിന്ന് മലബാർ പ്രദേശത്തേയ്ക്കോ സാധനങ്ങൾ കൊണ്ടുപോകുവാൻ പാടില്ലായിരുന്നു. അത് പരിശോധിക്കുവാൻ അതിർത്തിയിൽ ചെക്ക് പോസ്റ്റുകൾ ഉണ്ടായിരുന്നു. ചൗക്കികൾ എന്നാണ് അവിടെ കാവൽ നിൽക്കുന്നവരെ അന്ന് നാടൻ ഭാഷയിൽ പറയുക. അവരുടെ കണ്ണിൽപ്പെടാതെ വേണം നെല്ല് വീട്ടിലെത്തിക്കാൻ. അതുകൊണ്ടാണ് രാത്രിസമയത്ത് പ്രധാന റോഡുകളും നടവഴികളും ഒഴിവാക്കി, പാടത്തുകൂടെയും തോടുകളിലൂടെയും പറമ്പുകളിലൂടെയും ഒളിച്ചും പതുങ്ങിയും അവർ രണ്ടുപേരും 15 പറനെല്ലുമായി നടന്നുവന്നത്. മനക്കൊടിയിൽ നിന്ന് വീട്ടിലേയ്ക്ക് ഉദ്ദേശം 30 കിലോമീറ്റർ ദൂരം കാണും. ഇന്ന് ഇത് പറഞ്ഞാൽ ആരെങ്കിലും വിശ്വസിക്കുമോ? മക്കളുടെ വിശപ്പുമാറ്റാൻ വേണ്ടി അച്ഛൻ ചെയ്ത കഷ്ടപ്പാടിന്റെ വില എന്ന് തിരിച്ച് നൽകും. അന്ന് നെല്ലുതന്ന ഇളയമ്മയുടേയും പാപ്പന്റേയും മക്കളും പേരക്കിടാങ്ങളും എല്ലാം നല്ല നിലയിൽ ജീവിക്കുന്നു. ആ പഴയബന്ധം ഇന്നും ഞങ്ങൾ മുറുകെ പിടിക്കുന്നുണ്ട്.

മണപ്പുള്ളിക്കാവിന്റെ മാഹാത്മ്യം

എന്റെ ബാല്യകാലസ്മരണകളിൽ എന്നും നിറഞ്ഞുനിൽക്കുന്ന ഒന്നാണ് മണപ്പുള്ളിക്കാവ്. മണപ്പുള്ളിക്കാവില്ലാതെ എന്റെ ബാല്യമില്ല. വീടിന് തൊട്ടുചേർന്നുകിടക്കുന്ന പറമ്പിൽ സ്ഥിതിചെയ്യുന്ന ആശാരിമാരുടെ അമ്പലമാണ് അത്. കൊച്ചുന്നാളിൽ ഓടിക്കളിച്ചു നടന്ന അമ്പലമുറ്റവും പരിസരവും. അവിടത്തെ ദേവിയുടെ ശക്തിവിശേഷങ്ങളിൽ അച്ഛനുള്ള ആത്മവിശ്വാസം അവസാനശ്വാസം വരെ കാത്തുസൂക്ഷിച്ചിരുന്നു. ഇന്നും മണപ്പുള്ളിക്കാവുമായുള്ള ഞങ്ങളുടെ ആത്മബന്ധം അച്ഛനിൽ നിന്നും പകർന്നുകിട്ടിയിട്ടുള്ളതാണ്. അതുകൊണ്ടുതന്നെ അവിടുത്തെ എന്താവശ്യങ്ങൾക്കും ഉത്സവത്തിനായാലും പുനരുദ്ധാരണത്തിനായാലും ഞങ്ങളാൽ കഴിയുന്ന സഹായങ്ങൾ ചെയ്തുവരുന്നുണ്ട്.

അമ്പലക്കുളത്തിലെ കുളി ഒരിക്കലും മറക്കാനാവില്ല. കുളത്തിൽ വെള്ളം നിറഞ്ഞുകിടക്കുന്ന സമയത്ത് ഉയരത്തിൽ നിന്നു ചാടി ഊളിയിട്ട് കൂട്ടുകാരോടൊത്ത് കളിച്ചിരുന്ന കാലം ഓർമ്മയിലെ ഒരു ഭാഗമായി ഇന്നും കാത്തുസൂക്ഷിക്കുന്നു. ഉത്സവത്തിന് ഞാനും അനിയന്മാരും ചങ്ങാതിമാരും കൂടി ഓലപ്പടക്കമുണ്ടാക്കി മാല കെട്ടി പൊട്ടിക്കുമായിരുന്നു. അന്ന് പടക്കം ഉണ്ടാക്കിയിരുന്നത് കുടപ്പനയുടെ ഓല ഉണക്കി ചീന്തി, അതിൽ പൊട്ടാസും മനയോലയും ഒരു പ്രത്യേക അളവിൽ പൊതിഞ്ഞു കെട്ടിയിട്ടായിരുന്നു. ഈ രണ്ടു രാസവസ്തുക്കളും അന്ന് കുന്നംകുളത്ത് സുലഭമായി കിട്ടിയിരുന്നു. വീട്ടിൽ നിന്നും താലം കൊണ്ടുപോകുമ്പോൾ ഞങ്ങൾ മേശപ്പൂവും ലാത്തിരിയും പടക്കവും അടക്കമുള്ള ആലഭാരങ്ങളോടെയാണ് നടത്തിയിരുന്നത്. കുറച്ചു പ്രായമായപ്പോൾ ഉത്സവത്തിന് സ്റ്റേജ്കെട്ടി നാടകം കളിക്കാൻ തുടങ്ങി. സ്ത്രീവേഷം കെട്ടിയ എന്നെ കാണാൻ ആളുകൾ സ്റ്റേജിന്റെ പുറകിൽ വന്ന് ബഹളം കൂട്ടുമായിരുന്നു. അതെല്ലാം ഇന്നും മനസ്സിൽ കെടാതെ കത്തുന്ന ഓർമ്മയുടെ തിരിനാളങ്ങളാണ്.

മണപ്പുള്ളിക്കാവ് ക്ഷേത്രം ആ കുടുംബത്തിന്റെ സ്വകാര്യസ്വത്താണ്.

പൊതുജനങ്ങൾക്ക് വിട്ടുകൊടുത്തിട്ടില്ലെങ്കിലും തട്ടകത്തെ നാനാതുറയിലുള്ളവരും അവിടുത്തെ ദേവിയുടെ വിശ്വാസികളും ആരാധകരുമാണെന്നുള്ളതാണ് വാസ്തവം. ഉത്സവത്തിന് എല്ലാവർഷവും വീട്ടിൽനിന്ന് താലം കൊണ്ടുപോകുമായിരുന്നു. വേലപ്പനാശാരിയും രാമു ആശാരിയുമൊക്കെ ആയിരുന്നു അന്നത്തെ വെളിച്ചപ്പാടന്മാർ. അവർ ഉറഞ്ഞു തുള്ളി ദേവിയെത്തി വെളിച്ചപ്പെട്ട് കല്പന തരുമായിരുന്നു. ആ കല്പനകൾ തട്ടകവാസികൾ കാതോർക്കുകയും ബഹുമാനപുരസ്സരം അനുസരിക്കുകയും അനുവർത്തിക്കുകയും ചെയ്തുവന്നിരുന്നു.

മണപ്പുള്ളിക്കാവിൽ ഞങ്ങൾ പല പരിവർത്തനങ്ങളും വരുത്തി. അതിന്റെ ഭാഗമായിട്ടാണ് ഇന്നു കാണുന്ന ചുറ്റുമതിലും ഇന്റർലോക്ക് ചെയ്ത അമ്പലമുറ്റവും പരിസരവും പിന്നെ നടപ്പുരയും.

അച്ഛനിൽനിന്നും പകർന്നുകിട്ടിയ വിശ്വാസമനുസരിച്ച് വേണ്ട വഴിപാടുകൾ ഞങ്ങൾ മക്കൾ ഇന്നും ചെയ്തുവരുന്നുണ്ട്. മണപ്പുള്ളിക്കാവിലെ ദേവിയുടെ കടുത്ത ആരാധകനായി തീരാനിടയായ ഒരു സംഭവം അച്ഛൻ തന്നെ വിവരിച്ചു കേട്ടിട്ടുണ്ട്. ഒരിക്കൽ അച്ഛൻ സിലോണിൽ നിന്നും നാട്ടിലേക്ക് വരുന്ന സമയം ധനുഷ്കോടിയിൽ കപ്പലിറങ്ങി. കസ്റ്റംസ് പരിശോധനക്കു ശേഷമേ പുറത്തിറങ്ങാനാകൂ കൊണ്ടുവരുന്ന സാധനങ്ങൾക്കും കറൻസിക്കുമൊക്കെ അന്നും പരിമിതിയുണ്ട്, നിയന്ത്രണവും. കസ്റ്റംസ് ഓഫീസർ ഓരോരുത്തരെയായി പരിശോധനയ്ക്ക് വിളിച്ചുകൊണ്ടിരുന്നു. അച്ഛൻ ശരീരത്തിൽ കുറച്ചു നോട്ടുകൾ ഒളിപ്പിച്ചു വെച്ചിരുന്നു. പിടിക്കപ്പെട്ടാൽ പിഴയൊടുക്കണം, നാണക്കേട് വേറെയും. അടുത്തത് അച്ഛന്റെ ഊഴമായിരുന്നു. വേവലാതി പൂണ്ട മനസ്സിൽ പെട്ടെന്ന് തെളിഞ്ഞത് വീട്ടിന് തൊട്ടടുത്തുള്ള മണപ്പുള്ളിക്കാവും അവിടുത്തെ ദേവിയുമായിരുന്നു. ആശാരിമാരുടെ പരദേവതയാണെന്നൊന്നും ആലോചിച്ചില്ല. അങ്ങനെ ആപത്ബാന്ധവയായ മണപ്പുള്ളിക്കാവിലമ്മയെ വിളിച്ച് മനംനൊന്ത് കേണു. “ദേവീ രക്ഷിക്കണേ, ഉദ്യോഗസ്ഥൻ തന്നെ വെറുതെവിട്ട് നാട്ടിൽ എത്തിയാൽ വീട്ടിൽ നിന്നും പതിനാറുതാലം വഴിപാടായി നടത്തിക്കൊള്ളാം” എന്ന് കണ്ണടച്ച് കരളുരുകി പ്രാർത്ഥിച്ചു.

ദേവി രക്ഷിച്ചോളുമെന്ന ആത്മവിശ്വാസത്തോടെ കസ്റ്റംസ് ഓഫീസറുടെ മുന്നിലെത്തിയ അച്ഛനെ അയാൾ മാറ്റിനിർത്തി. വീണ്ടും ഉത്കണ്ഠയുടെ നിമിഷങ്ങൾ ഉതിർന്നു വീണുകൊണ്ടിരുന്നു. എന്തിനാണാവോ മാറ്റിനിർത്തിയത്? പരിശോധിക്കാൻ തന്നെയാവും എന്നു കരുതുമ്പോഴും ദേവി കൂട്ടിനുണ്ടെന്ന വിശ്വാസം കൈവിട്ടില്ല. ഹൃദയമിടിപ്പിന്റെ

മണപ്പുള്ളിക്കാവ് ഭഗവതി ക്ഷേത്രം

താളത്തിനൊത്ത് മനസ്സിൽ പ്രാർത്ഥന തുടർന്നുകൊണ്ടിരുന്നു. ആകാംക്ഷയുടെയും, അനിശ്ചിതത്വത്തിന്റെയും നിമിഷങ്ങൾക്ക് ആവേഗം കൂട്ടികൊണ്ട് ഓഫീസർ അച്ഛനെ വിളിച്ചു. അടുത്തേക്ക് ചെന്ന അച്ഛനോട് അയാൾ തിടുക്കത്തിൽ പറഞ്ഞു "നിങ്ങൾ പോയ്ക്കൊള്ളൂ". കസ്റ്റംസ് ഓഫീസറല്ല മണപ്പുള്ളിക്കാവിലെ ദേവിയാണ് അതുപറഞ്ഞത്, അല്ലെങ്കിൽ പറയിച്ചത് എന്ന് വിശ്വസിക്കാനാണ് അച്ഛന് എന്നും ഇഷ്ടം. ചില ഇഷ്ടങ്ങൾ അങ്ങനെയാണ്. കാലമെത്ര കഴിഞ്ഞാലും മങ്ങാതെ, മായാതെ, കല്ലിൽ കൊത്തിവച്ചപോലെ അങ്ങനെ നിലനിൽക്കും, തലമുറകളിലൂടെ.

വിശ്വാസം ഊട്ടിയുറപ്പിക്കുന്ന ചില സംഭവവികാസങ്ങൾ പിന്നെയുമുണ്ടായി. നേർച്ച നേർന്നതുപ്രകാരം താലം കൊണ്ടുപോകാനായി പതിനാറ് സ്ത്രീകൾ വേണം. അതിനായി ചുറ്റുപാടും ഉള്ള സ്ത്രീകളെ അച്ഛൻ തന്നെപോയി ക്ഷണിച്ചു. താലം എടുക്കുന്ന സ്ത്രീകൾ അതിനായി വ്രതം അനുഷ്ഠിക്കേണ്ടതുണ്ട്. അന്നത്തേയും ഇന്നത്തേയും ആചാരം അതുതന്നെയാണ്. അതിനുള്ള ഏർപ്പാടുകളൊക്കെ ചെയ്തു. താലം എഴുന്നള്ളിപ്പിന് അകമ്പടിയായുള്ള വാദ്യക്കാരേയും ഏർപ്പാടു ചെയ്തു. അപ്പോഴാണ് അപ്രതീക്ഷിതമായി അതിനൊരു തടസ്സവാദമുണ്ടായത്. ആശാരിമാരുടെ അമ്പലത്തിലേക്ക് ഈഴവർ താലം കൊണ്ടു

പോകുന്നത് ഉചിതമല്ലെന്നും അത് അംഗീകരിക്കാൻ സാധിക്കുന്നതല്ലെന്നും പറഞ്ഞ് നാട്ടുപ്രമാണിയായ ഒരാൾ താലമെടുക്കാൻ സന്നദ്ധത പ്രകടിപ്പിച്ച എല്ലാ സ്ത്രീകളേയും നേരിൽ പോയികണ്ട് ഭീഷണിയുടെ സ്വരത്തിൽ മുടക്കി. ദൈവത്തിന്റെ മുമ്പിൽപോലും മനുഷ്യർ ഉച്ചനീചത്വവും വർഗ്ഗവർണ്ണവിവേചനവും കാണിച്ചിരുന്നു എന്നുള്ളതിന്റെ ഉത്തമദൃഷ്ടാന്തമാണിത്. ശ്രീനാരായണ ഗുരുദേവനുപോലും ഈഴവശ്ശിവനെ പ്രതിഷ്ഠിക്കേണ്ടിവന്ന കേരളമാണെന്നോർക്കണം. അന്ന് നിലനിന്നിരുന്ന സാമൂഹ്യവ്യവസ്ഥിതി അതായിരുന്നു.

ഉത്സവദിനം സമാഗതമായി. നേരത്തെ തീരുമാനിച്ചിരുന്നതനുസരിച്ച് കോമരങ്ങളും വാദ്യക്കാരും വീട്ടിൽ വന്നു. താലമെടുക്കാൻ ആരും ഉണ്ടായിരുന്നില്ല. ഭഗവതി വെളിച്ചപ്പെട്ടു. വിഷമവൃത്തത്തിലകപ്പെട്ടു വിഷണ്ണനായി നില്ക്കുന്ന അച്ഛനോട് കല്പിച്ചു. “കിടാവ് ഒന്നുകൊണ്ടും വിഷമിയ്ക്കേണ്ട. ഇതിനൊരു പരിഹാരം നാം തന്നെ കാണിച്ചുതരാം. താലമെല്ലാം ഒരു മുറത്തിൽവെച്ച് നമ്മുടെ സ്ഥാനീകരത്ത് കൊണ്ടുപോയി അകമഴിഞ്ഞ് പ്രാർത്ഥിച്ച് സമർപ്പിച്ചോളൂ.”

ദേവിയുടെ അരുളപ്പാടനുസരിച്ച് അച്ഛൻ താലങ്ങൾ മുറത്തിൽ പെറുക്കിവെച്ച് ക്ഷേത്രത്തിൽപോയി നടയിൽ സമർപ്പിച്ചു. മനം നൊന്തു പ്രാർത്ഥിച്ചു. അങ്ങനെ ആ വർഷം മണപ്പുള്ളിക്കാവിലെ ഉത്സവം കഴിഞ്ഞു.

ഒരാഴ്ച കഴിഞ്ഞില്ല അതിനുമുമ്പുതന്നെ താലം മുടക്കിയ ആളുടെ തൊഴുത്തിൽ നിൽക്കുന്ന നാല്ക്കാലികൾ ഒരു കാരണവുമില്ലാതെ ചത്തുവീഴാൻ തുടങ്ങി. മാത്രവുമല്ല അവരുടെ വീട്ടിൽ എല്ലാവർക്കും എന്തെന്നില്ലാത്ത അസ്വസ്ഥതകളും അനർത്ഥങ്ങളും രോഗങ്ങളും കണ്ടുതുടങ്ങി. ഇത് തുടർന്നുകൊണ്ടിരുന്നപ്പോൾ പണിക്കരെ കൊണ്ടുവന്നു രാശിവെച്ചു ഗണിച്ചുനോക്കിച്ചു. പ്രശ്നവശാൽ മണപ്പുള്ളിക്കാവ് ഭഗവതിയുടെ കോപമാണ് എന്ന് ബോധ്യപ്പെട്ടു. പരിഹാരവും പ്രായശ്ചിത്തവുമായി എല്ലാ വർഷവും പതിനാറുതാലം കൊണ്ടുപോകാനും ഉത്സവത്തിനുവരുന്ന വാദ്യക്കാർക്ക് ഭക്ഷണം കൊടുക്കാനും തീരുമാനമായി. അദ്ദേഹത്തിന്റെ കാലശേഷവും പ്രസ്തുത പ്രായശ്ചിത്തം നടന്നുവരുന്നുണ്ടായിരുന്നു. ഇക്കാരണങ്ങളാലൊക്കെ തന്നെ ആ തട്ടകത്തെ നാനാവിധ ജനങ്ങൾക്കും ദേവിയെ വലിയ വിശ്വാസമാണ്, ഭയഭക്തി ബഹുമാനമാണ്. അച്ഛൻ പകർന്നുതന്ന വിശ്വാസം ഞങ്ങൾ മക്കളും മക്കളുടെ മക്കളും അണുവിട തെറ്റിയ്ക്കാതെ ഇന്നും കാത്തുസൂക്ഷിക്കുന്നു.

മകരമാസത്തിലെ രണ്ടാമത്തെ ചൊവ്വാഴ്ച്ചയാണ് അവിടുത്തെ ഉത്സ

വം നടത്തിവരുന്നത്. അരി, നെല്ല്, പുഷ്പങ്ങൾ, അവിൽ, മലർ, ശർക്കര, പഴം എന്നിവകൊണ്ടുള്ള പറ സമർപ്പണമാണ് പ്രധാന വഴിപാട്. ആദ്യകാലങ്ങളിൽ വെളിച്ചപ്പാടും വാദ്യക്കാരുമായി വീടുകളിൽപോയി സ്വീകരിക്കുകയാണ് പതിവ്. ഇന്ന് അതിനെല്ലാം മാറ്റങ്ങൾ വന്നിരിക്കുന്നു, പറ നിറക്കാൻ ആഗ്രഹിക്കുന്നവർ ക്ഷേത്രനടയ്ക്കലെത്തി സമർപ്പിക്കുന്നു.

ദീപാരാധനയ്ക്കുമുമ്പായി താഴെത്തെക്കാവിലെ വെളിച്ചപ്പാടും മേലേക്കാവിലെ വെളിച്ചപ്പാടും പരസ്പരം സംവാദം നടത്താറുണ്ട്. അതിനുശേഷം അവകാശംവാങ്ങി പിരിഞ്ഞുപോകും. രാത്രികാലങ്ങളിൽ പതിനാറുതാലം വരവാണ് പ്രധാനം. രണ്ടും മൂന്നും വീട്ടുകാർ മുടങ്ങാതെ താലം കൊണ്ടുവരാറുണ്ട്. താലം കൊണ്ടുവന്ന് കാവലിരിക്കുന്ന തരുണീമണിമാർക്കുവേണ്ടി നാടകം മുതലായ കലാപരിപാടികൾ നടത്താറുണ്ട്. പുലർച്ചെ ഭഗവതി എഴുന്നള്ളി അരിയും പൂവും എറിഞ്ഞ ശേഷ

മണപ്പുള്ളിക്കാവ് ഭഗവതി ക്ഷേത്രത്തിലെ താഴത്തേക്കാവ് വെളിച്ചപ്പാട്

മാണ് താലങ്ങൾ ചെരിയാറ്. ഇന്ന് അതിനെല്ലാം സമയബന്ധിതമായി മാറ്റങ്ങൾ വന്നിരിക്കുന്നു.

മണപ്പുള്ളിക്കാവിനെക്കുറിച്ച് പറയുമ്പോൾ അവിടത്തെ താഴത്തെ കാവിലെ വെളിച്ചപ്പാടായിരുന്ന തേവൻ (ദേവൻ) മൂപ്പനെ ഓർക്കാതിരിക്കാനാവില്ല. അച്ഛന്റെ സുഹൃത്തും സന്തതസഹചാരിയും വിശ്വസ്തനുമായിരുന്നു അദ്ദേഹം. ഉന്നത ശ്രേണിയിലുള്ള സമൂഹം അധകൃതനെന്ന് വിളിക്കുമ്പോഴും മനസ്സിൽ മാനവികതയുടെ ഉന്നതചിന്തകൾ കൊണ്ടുനടന്നിരുന്നു അദ്ദേഹമെന്ന് ഞാൻ തിരിച്ചറിയുന്നു. അച്ഛന് പല സന്ദർഭങ്ങളിലും താങ്ങും തണലുമായി (തിരിച്ചും) പ്രവർത്തിച്ചിട്ടുള്ള ആളാണ് തേവർ മൂപ്പർ.

അച്ഛന്റെ ജ്യേഷ്ഠന് (വലിയച്ഛന്) അന്ന് വലിയ വിഷമം കൂടാതെ ജീവിച്ചുപോകാനുള്ള ചുറ്റുപാടുണ്ടായിരുന്നു. ചെത്തും കൃഷിയും കന്നുകാലിയും ഒക്കെ ആയി തരക്കേടില്ലാത്ത സ്ഥിതിയിലായിരുന്നു. വലിയ പറമ്പും അതിൽ ചക്ക, മാങ്ങ, ഞാവൽപഴം, നെല്ലിക്ക തുടങ്ങിയ നിരവധി വിളകളും ഉണ്ടായിരുന്നു. നെല്ലിക്ക ആരും കാണാതെ കല്ലുകൊണ്ട് എറിഞ്ഞുവീഴ്ത്തിയെടുക്കാറുണ്ട്. കണ്ടാൽ വലിയച്ഛൻ ചീത്തപറഞ്ഞ് ഓടിക്കും. പഴച്ചക്ക എന്ന ഇനം ചക്ക ധാരാളം ഉണ്ടായിരുന്നു. ചക്ക തിന്നാനായി ഞങ്ങൾ കുട്ടികൾ ഒരു ഉപായം കണ്ടെത്തി. പ്ലാവിൽ കയറി മൂത്ത ചക്കയുടെ ഞെട്ട് ആരും കാണാതെ പിരിച്ചുവെയ്ക്കും. മൂന്നാംനാൾ ചക്ക പഴുക്കും. പിന്നെ പ്ലാവിൽ കയറി കൊമ്പത്തിരുന്ന് വയറു നിറയെ ചക്ക തിന്നും. ചക്കയുടെ കുരു താഴേയ്ക്കിടും. അത് കണ്ട് എല്ലാം കിളികൾ തിന്നുകയാണെന്ന് കരുതും.

വലിയച്ഛന് രണ്ട് ഭാര്യമാരുണ്ടായിരുന്നു. അതിൽ മൂത്ത വല്യമ്മ കോച്ചി. അവർ ദയാലുവായിരുന്നു. ആരും കാണാതെ അരിയും സാധനങ്ങളും അമ്മയ്ക്ക് നൽകുമായിരുന്നു. താഴെയുള്ള വലിയമ്മ ഇണ്ണൂലി. മൂത്തവലിയമ്മയ്ക്ക് ഒരേ ഒരു മകൻ. കുഞ്ഞിമോൻ. താഴെയുള്ള വലിയമ്മയ്ക്ക് രണ്ടുപെൺമക്കൾ. ഭവാനി, കാർത്യായനി.

കുഞ്ഞിമോൻ ജ്യേഷ്ഠന് നാല് ആൺമക്കളും രണ്ട് പെൺകുട്ടികളും. ആൺമക്കൾ ഗോപി, ബാലു, രാമകൃഷ്ണൻ, ചന്ദ്രൻ. പെൺകുട്ടികൾ രമ, രതി എന്നിവരുമായിരുന്നു. എല്ലാവരും വിവാഹിതരാണ്. അതിൽ ഗോപിയെ കൊണ്ടുപോയി ജോലിയാക്കി, ഇപ്പോൾ ജെബിസിയിൽ ജോലി ചെയ്യുന്നു.

കുഞ്ഞിമോൻ ജ്യേഷ്ഠൻ ചെത്തുതൊഴിലാളിയായിരുന്നു. അദ്ദേഹം വളരെമുൻപുതന്നെ കോഴിക്കോട്ടുപോയി സ്ഥിരം താമസമാക്കി. ജ്യേ

ഓലക്കുടയും തൊപ്പിക്കുടയും ഉപയോഗിച്ച്
മഴയത്തും വെയിലത്തും നടന്നിരുന്ന കുട്ടിക്കാലം

ഷ്ഠൻ ഇന്ന് ജീവിച്ചിരിപ്പില്ല.

ഭവാനിപെങ്ങളെ വിവാഹം കഴിച്ച് മദ്രാസ്സിൽ ആയിരുന്നു. കച്ചവടവുമായി താമസം. അവർ നല്ല നിലയിൽ ആയിരുന്നു. മക്കൾ ബാലകൃഷ്ണൻ, രാജൻ. അവിടുത്തെ എല്ലാവരും വിവാഹം കഴിഞ്ഞു നല്ല നിലയിൽ കുടുംബവുമായി താമസിയ്ക്കുന്നു.

കാർത്ത്യായനി പെങ്ങൾക്ക് രണ്ട് ആണും ഒരു പെണ്ണും. രവി, ശശി, പരിമള. അളിയൻ മാധവൻ ബോംബെയിൽ ആയിരുന്നു. ഞാൻ ബോംബെയിൽ ജോലി ചെയ്യുന്ന സമയത്ത് അദ്ദേഹവുമായി നല്ല അടുപ്പമായിരുന്നു. മൂത്തമകൻ രവിയെ ഞങ്ങൾ ജെബിസി തുടങ്ങിയ അവസരം ദുബായിലേക്ക് കൊണ്ടുപോയി. ഇപ്പോൾ 30 വർഷമായി ജെബിസിയിൽ ജോലി ചെയ്യുന്നു. എല്ലാവരുടേയും വിവാഹം കഴിഞ്ഞു. എല്ലാവരും സ്വസ്തമായി കുടുംബസമേതം ജീവിച്ചുവരുന്നു.

ഞങ്ങൾക്ക് അന്ന് പത്ത്സെന്റ് സ്ഥലമായിരുന്നു ഉണ്ടായിരുന്നത്. അതിൽ വീടും മുറ്റവും ഏതാനും കവുങ്ങുകളും കഴിഞ്ഞാൽ പിന്നെ

കൃഷിചെയ്യാൻ സ്ഥലമില്ലായിരുന്നു. കിഴങ്ങുകൾ, റാഗിപ്പുല്ല് തുടങ്ങിയ വയായിരുന്ന അക്കാലത്ത് അരി കഴിഞ്ഞാൽ പിന്നെ ഭക്ഷണത്തിനുപ യോഗിക്കുന്ന വിളകൾ.

ഒരിക്കൽ അച്ഛന് തളർവാതം പിടിപെടുകയും ആറുമാസത്തോളം കിടപ്പിലാവുകയും ചെയ്തു. ചികിത്സിച്ച് ഭേദമായെങ്കിലും നടക്കാനും ജോലിചെയ്യാനും സാധാരണഗതിയിലാകാനും കുറച്ചുകാലം വേണ്ടിവ ന്നു. പറമ്പ് തിരികൂട്ടേണ്ട സമയമായപ്പോൾ അച്ഛൻ വലിയച്ഛന്റെ അടു ത്ത് ചെന്ന് കന്നുകാലികളെ വിട്ട് പറമ്പ് നനച്ചുതരണമെന്ന് ആവശ്യ പ്പെട്ടു. ആവശ്യം വലിയച്ഛൻ നിരസിക്കുകയാണുണ്ടായത്. പിന്നീട് അച്ഛ നും തേവർ മൂപ്പനും ചേർന്ന് തുലാത്തേക്ക് ഒരുക്കി പറമ്പ് നന ആരംഭി ച്ചു. തുലാം എന്നാൽ തുല്യമായ ഭാരം എന്നാണർത്ഥം. കിണറിന്റെയോ കുളത്തിന്റെയോ കരയിൽ നിൽക്കുന്ന മരത്തിലോ അല്ലെങ്കിൽ കൃത്രിമ മായി നാട്ടിയ ബലമുള്ള തൂണിലോ ഉറപ്പുള്ള മുള കെട്ടിയശേഷം അതി ന്റെ ഒരറ്റത്ത് കുട്ടയും മറ്റേ അറ്റത്ത് അല്പം ഭാരമുള്ള കല്ലും കെട്ടിയി ടും. മുളയുടെ ചീന്തുകൾകൊണ്ട് മെടഞ്ഞുണ്ടാക്കുന്നതോ തകരത്തിൽ വിളക്കിയുണ്ടാക്കുന്നതോ ആയിരിക്കും കുട്ട. അല്പം ബലം കൊടുത്തു കൊണ്ട് കുട്ടയെ വെള്ളത്തിൽ താഴ്ത്തി വെള്ളം നിറച്ചാൽ മുകളിലേ ക്ക് ഉയർത്തുമ്പോൾ ഭാരം കുറയും. മുളയുടെ മറുതലയ്ക്കൽ ഭാരമു ള്ള കല്ലുള്ളതിനാലാണ് ഇത്. കാളത്തേക്കിനെ അപേക്ഷിച്ച് വളരെ ശ്ര മകരമായ രീതിയാണ് ഇത് എന്നു പറയാം.

അന്നൊന്നും മഴക്കാലത്ത് ഞങ്ങൾക്ക് ശീലക്കുടയുണ്ടായിരുന്നില്ല. എല്ലാവർക്കും ഓലക്കുടയും തൊപ്പിക്കുടയുമാണുണ്ടായിരുന്നത്. കരി മ്പനയുടെ ഓലകൊണ്ട് കലാപരമായി വളരെ ഭംഗിയോടുകൂടി തേവൻ മൂപ്പരാണ് കുടയുണ്ടാക്കിത്തന്നിരുന്നത്. വർഷക്കാലം കഴിഞ്ഞാൽ കുട കൾ, തേക്കുകൊട്ടകൾ എന്നിവയൊക്കെ കീലുപുരട്ടി സൂക്ഷിച്ചുവെയ് ക്കും, അടുത്തവർഷം ഉപയോഗിക്കാൻ.

തേവൻ മൂപ്പൻ താഴത്തുകാവിലെ വെളിച്ചപ്പാടായിരുന്നു. കരവിരു തുള്ള ഒരു കലാകാരൻ കൂടിയായിരുന്നു. അദ്ദേഹത്തിന്റെ നേതൃത്വത്തി ലും കാർമ്മികത്വത്തിലുമാണ് മണപ്പുള്ളിക്കാവിലും ചീരംകുളങ്ങരെയും ഒക്കെയുള്ള ഉത്സവങ്ങൾക്ക് കാളയും കാളിയും കരിങ്കാളിയും മൂക്കാൻ ചാത്തനുമൊക്കെ അരങ്ങേറിയിരുന്നത്.

“തണ്ടും പിണ്ടും തരികിട പിണ്ടും...” എന്ന വാദ്യഘോഷത്തോടെ വീടുകൾ തോറും കയറിയിറങ്ങിയിരുന്ന അന്നത്തെ നാടൻ കലാരൂപ ങ്ങൾ ഞങ്ങൾ കുട്ടികൾക്കൊക്കെ ഹരവും ആവേശവും പകർന്നു തന്നി

രുന്നു. അതുല്യകലാകാരനും എന്നാൽ പച്ചയായ മനുഷ്യനുമായ തേവൻ മൂപ്പരെ മറക്കാൻ കഴിയില്ല. പൗരാണികതയുടെ ഗ്രാമീണസങ്കല്പങ്ങൾക്ക് ദൃശ്യാവിഷ്കാരം നല്കിയിരുന്ന അദ്ദേഹത്തിന്റെ പിൻതലമുറക്കാർ അത്തരം അനുഷ്ഠാനങ്ങളൊക്കെ ഇപ്പോഴും ആചരിച്ചുവരുന്നുണ്ടെന്നു തോന്നുന്നു.

തേവൻ മൂപ്പരുടെ പിൻഗാമികളിൽ അറിയപ്പെടുന്ന ഒരു വ്യക്തിത്വമാണ് 'ഗുരുവായൂർ സൗപർണ്ണിക' എന്ന തെയ്യം ഗ്രൂപ്പിന്റെ സാരഥി രാജേഷ്. ദേവൻ തന്തയുടെ പേരക്കുട്ടിയാണ് രാജേഷ്. തെയ്യം ഗ്രൂപ്പിന്റെ സാരഥി മാത്രമല്ല നല്ലൊരു ഗാർഡനറും ലാന്റ് സ്കാപ്പിങ് ചെയ്യുന്ന വ്യക്തിയും കൂടിയാണ്. കാലത്തിനു മായ്ച്ചുകളയാൻ കഴിയാത്ത ചുമർചിത്രമായി ഒളിമങ്ങാത്ത ഓർമ്മയായി തേവൻമൂപ്പർ ഇന്നും എന്റെ ഉള്ളിന്റെ ഉള്ളിലുണ്ട്; അച്ഛന്റെ പ്രിയപ്പെട്ട കൂട്ടുകാരനായി നിഴൽ പോലെ പിൻതുടരുന്ന അനുചരനായി...

പച്ചയ്യപ്പൻ

ഇരിങ്ങപ്പുറം എസ്.എം. യുപി സ്കൂളിൽ അന്ന് അഞ്ചാം ക്ലാസ് വരെയേ ഉണ്ടായിരുന്നുള്ളു. തുടർന്ന് പഠിക്കാൻ ഫീസ് കൊടുക്കണമായിരുന്നു. കൊച്ചിൻ, മലബാർ എന്നിങ്ങനെ വ്യത്യസ്ത ഭരണപ്രദേശങ്ങളായി വിഭജിക്കപ്പെട്ടിരുന്ന ഭൂവിഭാഗങ്ങളിൽ ഞങ്ങൾ കൊച്ചിയിൽ പെട്ടവരായിരുന്നു. അതിനാൽ ഫീസുകൊടുക്കാതെ പഠിക്കുന്നതിനായി ബ്രഹ്മകുളം സെന്റ് തെരേസസ് കോൺവെന്റിൽ പോയി ചേർന്നു. വീട്ടിൽ നിന്നും ആറുകിലോമീറ്റർ അകലെയാണ് സ്കൂൾ സ്ഥിതിചെയ്തിരുന്നത്. കാൽനടയായിട്ടുവേണം സ്കൂളിൽ പോകാൻ. ചെരിപ്പും സ്കൂൾ ബാഗും വാട്ടർബോട്ടിലും ടിഫിൻകാരിയറും ഒന്നും ഇല്ലാതിരുന്നകാലം. ഞാനും എന്റെ സഹോദരി ലീലയും കൂടിയാണ് സ്കൂളിലേക്ക് പോയിരുന്നത്. സഹോദരിയ്ക്ക് ചെറുപ്പത്തിലേ ഒരു കണ്ണിന് കാഴ്ചയില്ലായിരുന്നു. ബ്രഹ്മകുളം സ്കൂളിൽ പഠിക്കുമ്പോഴാണ് സഹോദരിയുടെ രണ്ടാമത്തെ കണ്ണിനും അസുഖം വന്ന് കാഴ്ച നഷ്ടപ്പെടുന്നത്. അങ്ങിനെ ഏഴാം ക്ലാസ്സിൽവെച്ച് സഹോദരിയുടെ പഠിത്തം നിർത്തേണ്ടിവന്നു. വെളിച്ചം പോയി. ഇരുൾമൂടിയ മനസ്സിന്റെ വിഹ്വലതകളും ആകുലതകളും മാത്രം ബാക്കിയായി. എന്തിനും വിധിയാണല്ലോ നമുക്ക് അത്താണിയാകുന്നത്. സഹതപിക്കുന്നവരും സാന്ത്വനിപ്പിക്കുന്നവരും ചൂണ്ടിക്കാണിച്ചുതരുന്നതും അതുതന്നെയായിരിക്കും. അതിജീവനത്തിന്റെ കരുത്തും ആത്മവിശ്വാസവും പകർന്നുതരാൻ ആർക്കും കഴിയാറില്ല.

എന്നാൽ എല്ലാ വഴികളും അടയുമ്പോൾ പ്രകൃതി അഥവാ ദൈവം ഒരു പുതിയ വഴിതുറക്കുമല്ലോ. അങ്ങിനെയാണ് കാഴ്ചനഷ്ടപ്പെടാൻ തുടങ്ങിയ എന്റെ സഹോദരിയുടേയും അനുഭവം. ഒരു ദിവസം അച്ഛൻ സഹോദരിയെ ഡോക്ടറെ കാണിക്കാനായി തൃശ്ശൂരിലേയ്ക്ക് കൊണ്ടുപോയി. ഡോക്ടർ പരിശോധിച്ചിട്ട് പറഞ്ഞു, “എത്രയും വേഗം ഓപ്പറേഷൻ ചെയ്യണം. എന്നാൽ ഒരു കണ്ണിന്റെ കാഴ്ച തിരിച്ചുകിട്ടും.” തിരിച്ച് യാത്ര ചെയ്യുമ്പോൾ അച്ഛന്റെ മനസ്സിൽ ഓപ്പറേഷനുള്ള പണം എങ്ങിനെയുണ്ടാക്കും എന്ന ചിന്തയായിരുന്നു. മർച്ചന്റ് നേവിയിൽ ജോലി ചെയ്തിരുന്ന എന്റെ ജ്യേഷ്ഠൻ ആദ്യമായി ലീവിൽ വന്ന് തൃശ്ശൂരിൽ

തീവണ്ടിയിറങ്ങിയശേഷം അച്ഛനും സഹോദരിയും യാത്ര ചെയ്ത അതേ ബസ്സിൽ തന്നെയായിരുന്നു വന്നുകയറിയത്. പറഞ്ഞറിയിക്കാനാവാത്ത സന്തോഷം പകർന്ന സംഭവമായിരുന്നു. അന്ന് ജ്യേഷ്ഠൻ വന്നതുകൊണ്ട് സഹോദരിയുടെ കണ്ണിന്റെ ശസ്ത്രക്രിയ യഥാസമയം ചെയ്തു. അങ്ങനെ ഒരു കണ്ണിന്റെ കാഴ്ച തിരിച്ചുകിട്ടി. ആശ്വാസത്തിന്റെ നേർത്ത വെള്ളിവെളിച്ചം സഹോദരിക്കു മാത്രമല്ല ഞങ്ങൾക്കെല്ലാവർക്കും കൈവന്ന ദിനങ്ങളായിരുന്നു അത്.

സെന്റ് തെരാസസ് കോൺവെന്റിൽ ഞാൻ എട്ടാംക്ലാസ് വരെ പഠിച്ചു. ഇ.എസ്.എൽ.സി.വരെയേ അവിടെ ക്ലാസുണ്ടായിരുന്നുള്ളു. അതായത് എലിമെന്ററി സ്കൂൾ ലീവിങ് സർട്ടിഫിക്കറ്റ്. എട്ടാംതരം പാസ്സായപ്പോൾ തുടർന്ന് കുന്നംകുളം ഗവർമെന്റ് ഹൈസ്കൂളിൽ ഫീസുകൊടുത്ത് ചേർന്ന് പഠിപ്പുതുടങ്ങി. 1957ൽ ആയിരുന്നു അത്. എന്റെ വിദ്യാഭ്യാസകാലം വളരെ ദുർഘടംപിടിച്ച ഒന്നായിരുന്നു. വീട്ടിലെ ജോലികളിൽ സഹായിച്ചിട്ടുവേണം സ്കൂളിൽ പോകാൻ. ഞങ്ങളന്ന് പലരുടേയും പറമ്പുകൾ തേവി നനയ്ക്കുന്നതിനായി കരാർ എടുക്കുമായിരുന്നു. അച്ഛൻ പുലർച്ചെ മൂന്നുമണിക്ക് എഴുന്നേൽക്കും. കന്നുകാലികൾക്ക് വെള്ളം കൊടുത്ത് ഞങ്ങളെ വിളിച്ചെഴുന്നേൽപ്പിക്കും. വിളക്ക് കാണിക്കാൻ ഞാനാണ് കൂടെ പോകുക. പലപ്പോഴും എന്നോട് തേവാൻ പറഞ്ഞിട്ട് ജ്യേഷ്ഠൻ കിടന്നുറങ്ങും. സ്കൂളിൽ പോകേണ്ട സമയമായാൽ ഞാൻ വീട്ടിൽ വന്ന് ഒരു കാക്കക്കുളിയും കഴിഞ്ഞ് വല്ലതും കഴിച്ച് സ്കൂളിലേക്ക് ഒരോട്ടമാണ്. വീട്ടിൽ നിന്നും കുന്നംകുളത്തേക്ക് ഉദ്ദേശം അഞ്ചുകിലോമീറ്ററെങ്കിലും ദൂരം കാണും. കാലത്ത് പോയാൽ വൈകീട്ട് അഞ്ചുമണിക്കാണ് വീട്ടിലെത്തുക. ഉച്ചയ്ക്ക് ഭക്ഷണമൊന്നും കഴിക്കാതെ പട്ടിണിയാണ്. വയറുവിശന്നാണ് വീട്ടിൽവരിക. അപ്പോൾ ഓലമേഞ്ഞ വീടിനു മുകളിൽ പുക ഉയരുന്നുണ്ടോ എന്ന് നോക്കുമായിരുന്നു. പുക വരുന്നുണ്ടെങ്കിൽ അമ്മ വിശപ്പിന് എന്തെങ്കിലും പാചകം ചെയ്യുകയാണെന്ന സന്തോഷം ആശ്വാസം തരുന്നതായിരിക്കും.

സ്കൂളിൽ ഞാനന്ന് എൻ.സി.സി.യിൽ ചേർന്നിരുന്നു. ഗോവിന്ദൻ സാറായിരുന്നു എൻ.സി.സി. ട്രെയിനിംഗ് തന്നിരുന്നത്. ആഴ്ചയിൽ മൂന്നു ദിവസത്തെ ട്രെയിനിംഗ് കഴിഞ്ഞാൽ ലഘുഭക്ഷണമുണ്ട്. ദോശയും കാപ്പിയും. രാജ്യസ്നേഹതാല്പര്യത്തേക്കാൾ എൻ.സി.സി.യിലേക്ക് എന്നെ ആകർഷിച്ച ഘടകം ഈ ചായയും ദോശയും തന്നെയായിരുന്നു. കുന്നംകുളത്തെ റീഗൽ ഹോട്ടലിലും ബ്രൈറ്റ് ഹോട്ടലിലുമായിരുന്നു അന്നത്തെ ലഘുഭക്ഷണം. അവിടത്തെ ദോശയുടെ സ്വാദ് ഇപ്പോഴും മറ

ന്നിട്ടില്ല. അക്കാലത്ത് വീട്ടിൽ വന്നാൽ രാത്രിഭക്ഷണം കഞ്ഞി, കപ്പ, ചക്ക തുടങ്ങിയവയൊക്കെ ആയിരുന്നു.

അക്കാലത്ത് ഒരു വീട്ടിലെ പ്രധാനവിഷയം ഭക്ഷണം തന്നെയായിരുന്നു. അത് സമയത്തിന് വെച്ചൊരുക്കി എല്ലാവർക്കുമെത്തിക്കുക, പ്രത്യേകിച്ചും അംഗങ്ങൾ കൂടുതലുള്ള ഒരിടത്ത്. ഏറ്റക്കുറച്ചിലുകളും അഭിപ്രായവ്യത്യാസങ്ങളുമില്ലാതെ അത് ചെയ്യുന്നത് വലിയ കാര്യം തന്നെയായിരുന്നു. അക്കാര്യത്തിൽ അമ്മയുടെ നൈപുണ്യം ഞാൻ നേരിട്ട് അറിഞ്ഞിട്ടുള്ളതാണ്. എല്ലാവർക്കും വിളമ്പികഴിയുമ്പോൾ അമ്മയ്ക്ക് കാര്യമായി ഒന്നും കാണുകയില്ല. അതറിഞ്ഞുകൊണ്ടുതന്നെ പാത്രത്തിൽ ബാക്കിവെച്ച് അച്ഛൻ കൈകഴുകുന്നത് ഞാൻ നിശബ്ദനായി നോക്കി നിന്നിട്ടുണ്ട്. അച്ഛന്റേയും അമ്മയുടേയും പരസ്പരധാരണയോടെയുള്ള ജീവിതം, സഹോദരങ്ങൾ തമ്മിലുണ്ടാകേണ്ട സ്നേഹവും കടമയും ഇതെല്ലാം ഞങ്ങളുടെ കൂട്ടുകുടുംബത്തിൽ നിന്ന് ഞാനുൾക്കൊണ്ട പാഠങ്ങളാണ്. എന്നെ ഞാനാക്കിയത് ആഴങ്ങളിൽ സ്പർശിച്ച ഈ അനുഭവങ്ങളാണ്.

അന്ന് വൈദ്യുതിയൊന്നും എത്തിയിരുന്നില്ല. റേഷൻ കിട്ടുന്ന മണ്ണെണ്ണയാണ് വെളിച്ചത്തിന് ഉപയോഗിക്കുക. ചിമ്മിനിവിളക്ക് കത്തിച്ചുവെച്ച വെട്ടത്തിലായിരുന്നു പഠിപ്പ്. കറുത്തപുക അത്യാവശ്യം മൂക്കിൽ കയറും. വിളക്കിലെ മണ്ണെണ്ണ തീർന്നാൽ അന്നത്തെ പഠിപ്പ് കഴിഞ്ഞു. ഇതാണ് അവസ്ഥ.

അച്ഛന്റെ വിഷമങ്ങൾ പലപ്പോഴും എന്നെ നൊമ്പരപ്പെടുത്തിയിരുന്നു. ജീവിതം മുന്നോട്ടു നയിക്കാൻ അദ്ദേഹം ഒറ്റക്കു പാടുപെടുന്നത് മനസ്സിലാക്കാൻ എനിക്ക് കഴിഞ്ഞിട്ടുണ്ട്. അതുകൊണ്ടുതന്നെ പഠിക്കാൻ പോകുമ്പോഴും എന്തെങ്കിലും പണികൾ ചെയ്ത് എന്റെ കാര്യങ്ങൾക്ക് പൈസ കണ്ടെത്തുമായിരുന്നു. കുന്നംകുളത്ത് പഠിക്കുമ്പോൾ ഒരേയൊരു ഷർട്ട് ധരിച്ച് സ്കൂളിൽ പോകേണ്ട ഗതികേട് ഉണ്ടായിട്ടുണ്ട്. പച്ച നിറത്തിലുള്ള ആ ഷർട്ട് പലപ്പോഴും മുഴുവനായി ഉണങ്ങാതെ പച്ചപ്പ് മാറാതെ നിത്യവും ധരിച്ച് സ്കൂളിൽ ചെല്ലുമ്പോൾ സഹപാഠികൾ എനിക്കന്ന് ഒരു ഓമനപ്പേരിട്ടിരുന്നു - പച്ചയ്യപ്പൻ. ആദ്യമൊക്കെ അമർഷവും അടക്കാനാവാത്ത സങ്കടവും തോന്നിയിരുന്നു. പതുക്കെ പതുക്കെ ആ യാഥാർത്ഥ്യം എന്റെ മനസ്സിനെ ഞാൻതന്നെ ബോധ്യപ്പെടുത്തി. ഒരു പച്ചപ്പാവം മനുഷ്യന്റെ മകനായ ഞാൻ പച്ചയ്യപ്പൻ തന്നെയല്ലേ? നമ്മളെ നമ്മൾ തന്നെ തിരിച്ചറിയാൻ ശ്രമിച്ചാൽ തീരുന്ന പ്രശ്നങ്ങളേയുള്ളൂ ഈ ലോകത്ത്.

ചിമ്മിണി വിളക്ക് കത്തിച്ചുവെച്ച വെട്ടത്തിലിരുന്ന് പഠിച്ച കാലത്ത്
വിളക്കിലെ മണ്ണെണ്ണ തീർന്നാൽ പഠിപ്പ് തീരുന്ന അവസ്ഥ

വീട് എല്ലാവർഷവും ഓലമേയാൻ പണച്ചിലവുണ്ടായിരുന്നു. അതിന് പണമില്ലാതായി പലപ്പോഴും ഓലമേയാൻ വൈകും. ഇടവപ്പാതിയ്ക്കു മുന്നെ മേഞ്ഞില്ലെങ്കിൽ പിന്നെ ആ വർഷം മുഴുവൻ വീട് ചോർന്നൊലിക്കും. വർഷക്കാലത്ത് മഴവെള്ളം അകത്തുവീഴുന്ന രാത്രികളിൽ ഉറങ്ങാതിരുന്നിട്ടുണ്ട്. മഴ നനയുമ്പോൾ കിടക്കുന്ന പായ ചുരുട്ടി മടക്കി ഞാനും താഴെയുള്ള സഹോദരങ്ങളും കട്ടിളപ്പടിയിൽ കയറിയിരുന്ന് നേരം വെളുപ്പിച്ചിട്ടുണ്ട്.

അച്ഛാച്ചന്റെ ഓർമ്മയ്ക്കാണ് എനിക്ക് അയ്യപ്പൻ എന്നു പേരിട്ടത് എന്നുപറഞ്ഞല്ലോ? പച്ചഷർട്ടും ദാരിദ്ര്യവുമാണ് പച്ചയ്യപ്പൻ എന്ന ഓമനപ്പേരിട്ട് കൂട്ടുകാർ എന്നെ കളിയാക്കാനിടയായത്. കൂടാതെ "അയ്യപ്പന്റമ്മ നെയ്യപ്പം ചുട്ടു കാക്ക കൊത്തി കടലിലിട്ടു, മുക്കുവപ്പിള്ളേർ മുങ്ങിയെടുത്തു, തട്ടാൻ പിള്ളേർ തട്ടിയെടുത്തു" എന്നിങ്ങനെ ഒരു നാടോടിപ്പാട്ടും പാടിയിരുന്നത് ഇന്ന് ഓർക്കുമ്പോൾ വലിയ തമാശയായി തോന്നുന്നു.

പഠിക്കുന്നകാലത്തും ഞാൻ വീട്ടിലേയും പറമ്പിലേയും പാടത്തേയും എല്ലാപണികളിലും ഭാഗഭാക്കാകാൻ ശ്രമിച്ചിരുന്നു. പഠിക്കാനുണ്ടെന്ന ഒഴിവുകഴിവ് പറഞ്ഞ് ഒരിക്കലും മാറി നിന്നിട്ടില്ല. അന്നും ഇന്നും ജോലിചെയ്യുക എന്നുള്ളത് മനസ്സിനും ശരീരത്തിനും ഊർജ്ജവും ഉന്മേഷവും തരുന്ന ഒന്നായിട്ടേ എനിക്ക് തോന്നിയിട്ടുള്ളു. ചെയ്യുന്ന ജോലി എന്തായാലും നമ്മൾ ആത്മാർത്ഥതയോടുകൂടി സമീപിച്ചാൽ ബുദ്ധിമുട്ടനുഭവപ്പെടുകയില്ല എന്നുള്ളതു തന്നെയാണ് എന്റെ നാളിതുവരെയുള്ള അനുഭവം. അലസത തീണ്ടാത്ത മനസ്സിനേ ആരോഗ്യപൂർണ്ണമായ ഒരു ശരീരം പ്രദാനം ചെയ്യാനാകൂ. നമ്മുടെ മനസ്സും ശരീരവും ബുദ്ധിശക്തിയും ക്രിയാത്മകമാക്കി വെയ്ക്കുക, കർമ്മോന്മുഖമായിരിക്കാൻ ശ്രദ്ധിക്കുക. പുതിയ തലമുറയോട് എപ്പോഴും എനിക്ക് പറയാനുള്ളത് ഇതുമാത്രമാണ്.

കണ്ണിനു കാഴ്ചശക്തി കുറഞ്ഞ സഹോദരിക്ക് വീട്ടുജോലികളിൽ അമ്മയെ സഹായിക്കാനാകുമായിരുന്നില്ല. ഇന്നത്തെപ്പോലെയല്ല അന്ന് മാസമുറ വന്നാൽ അമ്മ തൊടാൻ പാടില്ലാതെ വീടിനകത്തു കയറാതെ പുറത്തിരിക്കും. മാസക്കുളി, തീണ്ടാരിയെന്നൊക്കെയുള്ള ഗ്രാമീണഭാഷാഭേദങ്ങൾ വേറെയുമുണ്ട്. ഇത്തരം സന്ദർഭങ്ങളിൽ ഞാനാണ് അടുക്കളയിൽ കയറുക. അമ്മയുടെ നിർദ്ദേശാനുസരണം നെല്ലുകുത്തണം, വെള്ളം കോരണം, അമ്മിയിൽ മുളക് അരയ്ക്കണം, ചോറുംകറിയും വെച്ച് എല്ലാവർക്കും വിളമ്പികൊടുക്കണം. മൂന്നുദിവസം ഇത് എന്റെ

ചുമതലയായിരുന്നു. എല്ലാം കഴിഞ്ഞിട്ടുവേണം സ്കൂളിൽ പോകാൻ. വീട്ടിൽ ഒരമ്മയ്ക്ക് എന്തൊക്കെ ചെയ്തുതീർക്കേണ്ടതുണ്ടെന്ന് ബോദ്ധ്യപ്പെട്ട നാളുകളായിരുന്നു അതൊക്കെ. അമ്മയെന്ന രണ്ടക്ഷരങ്ങളുടെ അർത്ഥവ്യാപ്തി തൊട്ടറിഞ്ഞ അവസരങ്ങൾ. രുചി പോരെന്നുപറഞ്ഞ് ഭക്ഷണപദാർത്ഥങ്ങൾ നിരസിച്ച് അമ്മമാരെ കുറ്റം പറയുന്ന കുഞ്ഞുങ്ങൾ ഒരു നിമിഷം ഓർക്കണം, ഇതൊക്കെ തയ്യാറാക്കി മുന്നിലെത്തിക്കുന്ന അമ്മമാരുടെ ത്യാഗമനോഭാവത്തേയും ബദ്ധപ്പാടിനേയും. മൂത്ത സഹോദരന്റെ വിവാഹം കഴിയുന്നതുവരെ അടുക്കളയിൽ അമ്മയുടെ പകരക്കാരൻ ഞാൻ തന്നെയായിരുന്നു.

ഞങ്ങളുടെ അയൽക്കാർ നല്ലസ്നേഹമുള്ളവരായിരുന്നു. മേലേഭാഗത്ത് നായന്മാരും തൊട്ട് താഴെയായി ഈഴവ സമുദായക്കാരുമായിരുന്നു താമസിച്ചിരുന്നത്. താഴത്തെ വീട്ടിൽ ഒരമ്മയും രണ്ടു പെൺ മക്കളുമാണ് ഉണ്ടായിരുന്നത്. അവരുടെ അച്ഛൻ സിലോണിലായിരുന്നു. മൂത്തമകൾ പത്മിനി നല്ല ദയയും മറ്റുള്ളവരോട് മനസ്സലിവും ഉള്ള കുട്ടിയായിരുന്നു. ഒരിക്കൽ അവരുടെ വീടിനകത്ത് പാമ്പിനെ കണ്ടു. അതിനുശേഷം അവർക്ക് അവിടെ കിടക്കാൻ പേടിയുള്ളതിനാൽ രാത്രി ഞങ്ങളുടെ വീട്ടിൽ വന്നു കിടക്കുമായിരുന്നു. അമ്മയും അനുജത്തിയും അറിയാതെ പല സാധനങ്ങളും പത്മിനി ഞങ്ങളുടെ അമ്മയ്ക്ക് കൊണ്ടുവന്നു കൊടുക്കുമായിരുന്നു.

മറക്കാനാവാത്ത ഒരു കാര്യം പ്രത്യേകം എടുത്തു പറയാതിരിക്കാനാവില്ല. പത്മിനിയുടെ വിവാഹമായി. വിവാഹത്തിൽ പങ്കുകൊള്ളാൻ എനിക്ക് നല്ല വസ്ത്രങ്ങളില്ലായിരുന്നു. അവസ്ഥ മനസ്സിലാക്കിയ പത്മിനി ഡ്രസ്സെടുക്കാനായി ഇരുപത്തിയഞ്ച് രൂപ വീട്ടുകാരറിയാതെ എനിക്ക് കൊണ്ടുവന്നു തന്നു. അറുപതുവർഷം മുമ്പ് എനിക്കു തന്ന ആ ഇരുപത്തിയഞ്ചുരൂപ ഇന്നും എനിക്ക് വിലമതിക്കാനാവാത്തതാണ്. ദയയും കാരുണ്യവും മാനവികതയുമൊന്നും കാശുകൊടുത്തു വാങ്ങാവുന്നതല്ലല്ലോ. സഹാനുഭൂതിയും സഹജീവിസ്നേഹവും ഈ ഭൂമുഖത്തുനിന്നും വേരറ്റു പോകാതിരിക്കട്ടെ.

നിർഭാഗ്യമെന്നു പറയട്ടെ, പത്മിനിയുടെ ഭർത്താവ് ചെറുപ്രായത്തിൽ തന്നെ മരണപ്പെട്ടു. ജീവിതം ബുദ്ധിമുട്ടിലായി. മകനൊരു ജോലി കൊടുക്കണം എന്നുപറഞ്ഞു. അങ്ങിനെയാണ് അവളുടെ രണ്ടാമത്തെ മകൻ പ്രസാദിനെ വിസ കൊടുത്ത് ദുബായിലേക്ക് കൊണ്ടുവന്നത്. ഇപ്പോൾ പ്രസാദ് JBCയിൽ ലിഫ്റ്റ് ഓപ്പറേറ്ററായി ജോലി ചെയ്യുന്നു. രണ്ടു വർഷം മുമ്പ് പത്മിനി മരണപ്പെട്ടു.

ഞങ്ങളുടെ വീടിന്റെ വടക്കുഭാഗത്തുള്ള ഉയർന്ന പ്രദേശത്ത് താമസിച്ചിരുന്നത് നായന്മാരാണെന്ന് നേരത്തെ സൂചിപ്പിച്ചിരുന്നുവല്ലോ. അന്ന് സമൂഹത്തിൽ ജാതിവ്യവസ്ഥയും അയിത്തവും നിലനിന്നിരുന്ന കാലമാണെന്നോർക്കണം. നമുക്ക് അവരുടെ വീടിന്റെ മുറ്റംവരെ മാത്രമേ പ്രവേശനമുണ്ടായിരുന്നുള്ളു. ആ വീട്ടിൽ രണ്ട് സഹോദരന്മാരും രണ്ട് സഹോദരിമാരുമാണ് ഉണ്ടായിരുന്നത്. മൂത്തയാൾ മാധവൻനായർ മുൻകോപക്കാരനായിരുന്നു. ഞങ്ങളുടെ അച്ഛനും അദ്ദേഹവുമായി എന്നും ഓരോരോ കാര്യങ്ങൾ പറഞ്ഞ് വഴക്കുകൂടും. അതിൽ പറമ്പിന്റെ അതിര് തർക്കമായിരിക്കും മുൻപന്തിയിൽ. രണ്ടാമത്തെയാൾ കൊച്ചുഗോവിന്ദൻനായർ വ്യത്യസ്തനായിരുന്നു. എന്നോട് വളരെ അടുപ്പത്തോടും താല്പര്യത്തോടും കൂടി പെരുമാറിയിരുന്ന വ്യക്തിയായിരുന്നു. സഹോദരിമാരിൽ സരസ്വതി വളരെ ദയാവായ്പും മനസ്സലിവുമുള്ള സ്ത്രീയായിരുന്നുവെന്ന് എടുത്തുപറയേണ്ടതുണ്ട്. ഞങ്ങൾക്ക് റേഷൻ കിട്ടുന്നത് പുഴുത്തപച്ചരിയും ഗോതമ്പുമാണ്. രാത്രിയിലെ ഭക്ഷണം വീട്ടിൽ മിക്കവാറും ഗോതമ്പ്കഞ്ഞിയായിരിക്കും. എത്രമടുപ്പനുഭവപ്പെട്ടാലും മറ്റ് മാർഗ്ഗങ്ങളില്ലെന്നറിയാവുന്നതുകൊണ്ട് ഞങ്ങൾ മക്കൾ അതെല്ലാം സഹിച്ചുപോന്നു. അച്ഛന്റേയും അമ്മയുടേയും നിസ്സഹായാവസ്ഥ കണ്ടു വളർന്നതുകൊണ്ട് അതൊന്നും ഒരു പ്രശ്നമായി തോന്നിയിട്ടില്ല. ഞങ്ങളുടെ വീട്ടിലെ ദരിദ്രാവസ്ഥ കണ്ടിട്ടായിരിക്കണം എന്റെ ഏറ്റവും ഇളയ അനുജന് ദിവസവും ഭക്ഷണമായി ചോറും കറിയും തന്നിരുന്നത് സരസ്വതി അമ്മയായിരുന്നു. ആ മഹാമനസ്കതക്കു മുന്നിൽ ആദരപൂർവ്വം നമിക്കുന്നു. ഇരുളടഞ്ഞ ജീവിതങ്ങൾക്കുമുന്നിൽ പ്രത്യാശയുടെ പ്രകാശം പരത്തുന്നത്, അപൂർവ്വമായിട്ടാണെങ്കിലും ഇത്തരം പ്രഭാകിരണങ്ങളാണ്, നന്മയുടെ നാളങ്ങളാണ്.

ബ്രഹ്മകുളം സെന്റ് തെരാസസ് കോൺവെന്റിൽ പഠിക്കുന്ന കാലത്ത് ഞാൻ ചെയ്ത ഒരു തെറ്റ് ഇന്നും മനസ്സിൽനിന്നും മാഞ്ഞിട്ടില്ല. വീട്ടിൽ നിന്നും ചിലപ്പോൾ കാലത്ത് എന്തെങ്കിലും കഴിച്ചിട്ട് പോകും. ഇല്ലെങ്കിൽ വിശന്നവയറുമായിട്ടായിരിക്കും യാത്ര. ഉച്ചഭക്ഷണം കൊണ്ടുപോകുന്നതിനായി വീട്ടിൽ ഒരു നിവൃത്തിയും ഇല്ലായിരുന്നു. പഠിക്കുമ്പോൾ വിശപ്പറിയില്ലെന്ന് വീട്ടുകാരും വിചാരിച്ചുകാണും. അ പ്പോഴൊക്കെ സ്കൂൾ കിണറ്റിലെ തെളിഞ്ഞവെള്ളം തന്നെയാണ് ശരണം. എന്നിട്ടും വിശപ്പിനെ മറികടക്കാനാവാതെ വരുമ്പോൾ എന്തു ചെയ്യും? വിശപ്പിന്റെ നീതിശാസ്ത്രത്തിൽ പലപ്പോഴും ധാർമ്മികത നഷ്ടപ്പെടുന്നതങ്ങനെയാണ്. വിശപ്പ് എന്ന പ്രതിസന്ധിയെ തരണംചെയ്യാൻ എന്റെ കുഞ്ഞു

മനസ്സ് അന്ന് ഒരു സൂത്രം കണ്ടുപിടിച്ചു. അച്ഛനറിയാതെ അച്ഛൻ സൂക്ഷിച്ചുവെച്ചിരുന്ന നീറ്റടക്ക (പഴുക്കടക്ക വെള്ളത്തിൽ ഇട്ട് വളരെക്കാലം കേടുകൂടാതെ സൂക്ഷിക്കുന്നത്) രണ്ടെണ്ണം വീതമെടുത്ത് സ്കൂളിലേക്ക് കൊണ്ടുപോകും. പോകുന്നവഴിക്ക് ചൊവ്വല്ലൂർ പടിയിലുള്ള മുറുക്കാൻ കടക്കാരന് കൊടുത്ത് കിട്ടുന്ന കാശിന് സ്കൂളിനു മുന്നിൽ കച്ചവടം ചെയ്യുന്ന പാത്തുമ്മയുടെ കയ്യിൽ നിന്നും പുഴുങ്ങിയ കൊള്ളിക്കിഴങ്ങ് വാങ്ങിച്ചുകഴിക്കും. അന്നത്തെ ആ കൊള്ളിക്കിഴങ്ങിന്റെ രുചി ജീവിതത്തിൽ പിന്നീടൊരിക്കലും ഞാൻ അനുഭവിച്ചിട്ടില്ല. അന്ന് പാവപ്പെട്ടവന്റെ ആഹാരമായിരുന്നു കൊള്ളിക്കിഴങ്ങ് എന്നറിയപ്പെടുന്ന മരച്ചീനി അഥവാ കപ്പ. സ്കൂളിൽ നിന്നുള്ള അഞ്ചുകിലോമീറ്റർ ദൂരം കൊള്ളിക്കിഴങ്ങ് തിന്നുനടക്കുമ്പോൾ ഒരു ദൂരമേ അല്ലായിരുന്നു. വിശപ്പടക്കാനാണെന്ന ന്യായീകരണം ഉണ്ടെങ്കിലും അച്ഛൻ സൂക്ഷിച്ചുവെച്ചിരുന്ന നീറ്റടയ്ക്ക അച്ഛനറിയാതെ എടുത്തുകൊണ്ടുപോയി വിറ്റത് ഏത് നീതിശാസ്ത്രത്തിന്റെ പേരിലായാലും കുറ്റബോധത്തിന്റെ ഒരു നീറ്റലായി എന്റെ മനസ്സിൽ കിടന്നിരുന്നു. ഓർക്കുമ്പൊഴൊക്കെ ആ മുറിവ് എന്നെ നോവിക്കുകയും നൊമ്പരപ്പെടുത്തുകയും ചെയ്തിരുന്നു. അച്ഛനോട് അത് ഒരിക്കലും അന്ന് ചെയ്യരുതായിരുന്നു എന്ന് എന്റെ മനസ്സ് പലപ്പോഴും മന്ത്രിച്ചുകൊണ്ടിരുന്നു. ആ നീറ്റടക്കകൾ ഒരു നീറ്റലായി ഇപ്പോഴും മനസ്സിലുണ്ട്.

ഗ്രാമീണവായനശാല പോർക്കളേങ്ങാട്

കുന്നംകുളം ഗവൺമെന്റ് ഹൈസ്കൂളിൽ ചേർന്നത് 1957ൽ ആയിരുന്നു എന്ന് നേരത്തെ പറഞ്ഞിരുന്നുവല്ലോ. വളരെ കഷ്ടപ്പെട്ടും വിഷമിച്ചുമാണ് അന്ന് ഞാൻ എസ്.എസ്.എൽ.സി. വിദ്യഭ്യാസം പൂർത്തിയാക്കിയത്. 1959-60 വിദ്യാഭ്യാസവർഷത്തിലെ എസ്.എസ്.എൽ.സി. ബാച്ചായിരുന്നു എന്റേത്. പഠിച്ച് പാസ്സായി ഒരു ജോലി കിട്ടിയിട്ടു വേണം കുടുംബം സംരക്ഷിക്കാൻ, അഹോരാത്രം പാടുപെടുന്ന അച്ഛനെ സഹായിക്കാൻ എന്നൊരു ലക്ഷ്യബോധം അദൃശ്യമായി എന്നെ മുന്നോട്ടു നയിച്ചിരുന്നു. ചെറിയ ക്ലാസ്സുകളിൽ പഠിക്കുമ്പോൾ തന്നെ സ്കൂൾ വിട്ടുവരുന്ന വഴിയിൽ കാണുന്ന വലിയ വീടുകൾക്കു മുന്നിൽ ഒരുനിമിഷം നിൽക്കും. എന്നിട്ട് ചോർന്നൊലിക്കുന്ന സ്വന്തം വീടിനെക്കുറിച്ച് ഓർക്കും. ഒരു നെടുവീർപ്പോടെ മനസ്സിലുറപ്പിക്കും എന്നെങ്കിലും ഇതുപോലൊരു വീടും പടിപ്പുരയും ഉണ്ടാക്കണം, അതൊരു സ്വപ്നമായി ഉപബോധമനസ്സിൽ കൊണ്ടുനടന്നിരുന്നു.

ഈ കഷ്ടപ്പാടുകൾ എല്ലാം ഉണ്ടായിരുന്നുവെങ്കിലും കൗമാരത്തിന്റെ സഹജമായ പ്രണയനിമിഷങ്ങളും എന്റെ ജീവിതത്തിലൂടെ കടന്നുപോയിട്ടുണ്ട്. നായിക എന്റെ നാട്ടിലെ ഒരു സുഹൃത്തിന്റെ സഹോദരിയായിരുന്നു. ഞങ്ങളെക്കുറിച്ചുള്ള കഥകൾ എന്റെ സഹപാഠികളും സുഹൃത്തുക്കളും പറഞ്ഞുതുടങ്ങിയതോടെയാണ് സത്യത്തിൽ ഞങ്ങൾ തമ്മിൽ അങ്ങിനെ ഒരു ചിന്തയുണ്ട് എന്നുതന്നെ എനിക്ക് തോന്നിയത്. എന്നാൽ അത് പ്രണയമാണ് എന്നൊന്നും എനിക്ക് അന്ന് മനസ്സിലായിരുന്നില്ല. ഇതറിഞ്ഞിട്ടെന്നപോലെ അവളുടെ സഹോദരൻ ഒരു ദിവസം എന്നെ ഗുരുവായൂർ ക്ഷേത്രദർശനത്തിന് ക്ഷണിച്ചു. കൂടെ അവളും ഉണ്ടായിരുന്നു. ഞങ്ങൾ ക്ഷേത്രത്തിൽ തൊഴുത് പുറത്തുകടന്നശേഷം ഹോട്ടലിൽ ചായ കുടിക്കാൻ കയറി. എന്നെയും അവളെയും മുഖാമുഖം ഇരുത്തിക്കൊണ്ട് എന്റെ സുഹൃത്ത് അല്പനേരം എന്തോ വാങ്ങുവാനായി പുറത്തുപോയി. സ്വന്തം സുഹൃത്തിനോടുള്ള സ്നേഹമാണോ സഹോദരിയുടെ ഇംഗിതം നടത്താനുള്ള സഹോദരന്റെ സ്നേഹമാണോ

അതോ എന്റെ ഉള്ളറിയാനുള്ള തന്ത്രമാണോ എന്നറിയില്ല അപ്രകാരം ചെയ്യുവാനുള്ള കാരണം. പക്ഷെ പ്രണയത്തിന്റെ ബാലപാഠങ്ങളറിയാത്ത ഞങ്ങൾ എന്നിട്ടും ഒരു വാക്കുപോലും പരസ്പരം പറഞ്ഞില്ല. ശക്തമായ പ്രണയം മൗനത്തോടുകൂടിയതാണെന്ന് ചിലർ പറയുന്നത് ശരിയാണെന്ന് അക്കാര്യം ഓർക്കുമ്പോൾ പിൽക്കാലത്ത് എനിക്ക് തോന്നിയിട്ടുണ്ട്. പിന്നീട് ആ പ്രണയം എങ്ങുമെത്തിയില്ല, മനസ്സിൽ ഒരു കോറലേൽപ്പിച്ച് മറ്റ് പല സംഭവങ്ങളെപ്പോലെ അതും കടന്നുപോയി. എന്നാൽ എല്ലാ പ്രണയ ചിന്തകൾക്കും മുകളിലായി വീടും വീട്ടിലെ ജീവിതസാഹചര്യങ്ങളും അക്കാലത്ത് എന്റെ മനസ്സിനെ വേട്ടയാടിക്കൊണ്ടിരുന്നു.

ഇങ്ങനെയൊക്കയാണെങ്കിലും നാട്ടിലെ ചില സാംസ്കാരിക പ്രവർത്തനങ്ങളിലും ഞാൻ സജീവമായിരുന്നു. അതിൽ എന്റെ ഹൃദയത്തിന്റെ ആഴങ്ങളിൽ നിറഞ്ഞുനിൽക്കുന്നതാണ് പോർക്കളേങ്ങാട് ഗ്രാമീണ വായനശാല. 1957 മുതൽ 1962ൽ ഞാൻ ബോംബെയിലേക്ക് പോകുന്നതുവരെ അതിന്റെ പ്രവർത്തനങ്ങളിൽ സജീവമായിരുന്നു. ഒഴിവുദിനങ്ങളിലെല്ലാം ഞങ്ങൾ അവിടെ ഒത്തുകൂടിയിരുന്നു. കൂടാതെ ഒരു കയ്യെഴുത്തമാസികയും പുറത്തിറക്കിയിരുന്നു. അക്ഷരങ്ങൾ തെറ്റുകൂടാതെ എഴുതുവാനും കയ്യക്ഷരം മനോഹരമാക്കുവാനും കയ്യെഴുത്തുമാസിക സഹായിച്ചിരുന്നു. കൂടാതെ സ്വന്തം അഭിരുചികളും കഴിവുകളും മറ്റുള്ളവരിലേക്ക് പകർന്നു നൽകുവാനും അതിലൂടെ സാധിച്ചിരുന്നു. 1954ലാണ് പോർക്കളേങ്ങാട് ഗ്രാമീണവായനശാല രൂപം കൊള്ളുന്നത്.

വായനശാലയുടെ മുഖ്യസാരഥികൾ നിരവധിയായിരുന്നു. പണിക്കശ്ശേരി ഭാസ്കരേട്ടൻ(വാസു), ചിങ്ങനാട്ടിൽ കൊച്ചുഗോവിന്ദൻ നായർ, പണിക്കശ്ശേരി അച്ചുകുട്ടി ജ്യേഷ്ഠൻ, വാസുക്കുറുപ്പ്, പെലക്കാട്ട് പ്രഭാകരൻ നായർ, പനഞ്ചിക്കൽ(കിഴക്കൂട്ട്)കുട്ടമാമൻ, സ്രാമ്പിക്കൽ ബേബി, പണിക്കശ്ശേരി പ്രഭാകരപാപ്പൻ, സ്രാമ്പിക്കൽ സൈമൺ, ചിന്നൻ എന്നിങ്ങനെ ആ നിര നീളുകയാണ്.

എല്ലാവർഷവും മേടമാസത്തിലെ വിഷുദിനത്തിൽ വായനശാലയുടെ വാർഷികാഘോഷം നടത്തും. അതിനോടനുബന്ധിച്ച് അംഗങ്ങൾ അവതരിപ്പിക്കുന്ന നാടകം കളിക്കുമായിരുന്നു. കവുങ്ങുകളും മുളകളും മുറിച്ച് കൊണ്ടുവന്ന് സ്റ്റേജ് കെട്ടിയുണ്ടാക്കും. ഓലകൊണ്ട് മേയുകയും ചുറ്റും മറയ്ക്കുകയും ചെയ്യും. മിക്കപ്പോഴും കലാപരിപാടികൾ മഴപെയ്ത് അലങ്കോലപ്പെടാറുണ്ട്. വിഷുക്കാലത്തിന്റെ ഒരു പ്രത്യേകതയാണത് കൃഷിപ്പണികൾ ആരംഭിക്കാനുള്ള പുതുമഴ. കുറുപ്പ് വാസു, പ

ണിക്കശ്ശേരി ഭാസ്കരേട്ടൻ, അച്യുതേട്ടൻ, പ്രഭാകരേട്ടൻ, പനഞ്ചിക്കൽ കുട്ടമാമൻ, സ്രാമ്പിക്കൽ ബേബി എന്നിവരായിരുന്നു അന്ന് അരങ്ങ് വാണിരുന്ന കലാകാരന്മാർ. ഇവരൊക്കെ വളരെയേറെ കഴിവുള്ള കലാകാരന്മാരായിരുന്നു. ഇവർക്കൊപ്പം ചെറുപ്പകാലം ചെലവഴിക്കാനും നാടകത്തിൽ അഭിനയിക്കാനും സാധിച്ചത് ഞാനൊരു ഭാഗ്യമായി കരുതുന്നു. അച്യുതേട്ടനും വാസുക്കുറുപ്പുമായിരുന്നു സാധാരണയായി ഹാസ്യകഥാപാത്രങ്ങളെ അവതരിപ്പിക്കാറുള്ളത്. സ്ത്രീവേഷമാണ് എനിക്ക് ലഭിച്ചിരുന്നത്. വേഷമെന്തായാലും അത് പരമാവധി നന്നായി അവതരിപ്പിക്കാൻ ശ്രമിച്ചിരുന്നു. പനഞ്ചിക്കൽ കുട്ടമാമൻ ഡോക്ടറും ഞാൻ ഡോക്ടറുടെ ഭാര്യയുമായി അഭിനയിച്ച നാടകം ഇന്നും ഓർമ്മയിലുണ്ട്. നാടകത്തിന്റെ റിഹേഴ്സൽ വായനശാലയിൽ വെച്ച് രാത്രിസമയത്താണ് പതിവ്. റിഹേഴ്സൽ കഴിഞ്ഞാൽ ഞാനും ചിങ്ങനാട്ടിൽ കൊച്ചുഗോവിന്ദൻ നായരും ഒരുമിച്ചാണ് സ്വന്തം വീടുകളിലേക്ക് മടങ്ങുക. പുതുമഴയിൽ കുതിർന്ന പുതുമണ്ണിന്റെ ഗന്ധമുള്ള ചെമ്മൺപാതയിലൂടെ പല കുശലങ്ങളും പറഞ്ഞുള്ള നടത്തം. ചിലപ്പോൾ കൂട്ടിന് മേടക്കാറ്റും വെണ്ണിലാവും, മറ്റുചിലപ്പോൾ കറുത്തമാനവും താരകളും മാത്രം. 1959 ൽ സമിതി അവതരിപ്പിച്ച നാടകമാണ് 'ഹോട്ടൽക്കാരി.'

ഗ്രാമത്തെക്കുറിച്ചുള്ള എന്റെ ചിന്തകൾ എപ്പോഴും ചെന്നെത്തുന്നത് 1947- 57 കാലഘട്ടത്തിലേയ്ക്കാണ്. ഗൃഹാതുരത്വമുണർത്തുന്ന ബാല്യകാലത്തിന്റെ ആഹ്ലാദാരവങ്ങൾ അലയടിക്കുന്ന എന്റെ ഗ്രാമം! പൊയ്പ്പോയ കാലത്തിന്റെ നഷ്ടങ്ങൾ സമ്മാനിക്കുന്നവയാണ് ഓരോ ഓർമ്മകളും. കരിയന്നൂർ ദേശത്ത്, കണ്ടാണശ്ശേരി പഞ്ചായത്തിലാണ് ഞങ്ങളുടെ തറവാട് സ്ഥിതിചെയ്തിരുന്നത്. അന്നെല്ലാം പഞ്ചായത്തുകളായിരുന്നു പൊതുഭരണം നടത്തി വന്നിരുന്നത്. നെൽപ്പാടത്തിനോട് ചേർന്നുകിടക്കുന്ന താഴ്വാരത്തായിരുന്നു വീട്. മുകൾഭാഗം കുന്നിൻപ്രദേശമാണ്. ഇടവപ്പാതി കാലത്ത് പേമാരി പെയ്താൽ കുന്നിൻമുകളിൽനിന്നും ചാലുകളായി ശക്തമായ തോതിൽ കുത്തിയൊലിക്കുന്ന വെള്ളം പാടശേഖരങ്ങളിൽ ചെന്നുചേരും. വെള്ളത്തിന്റെ കുത്തൊഴുക്ക് എന്റെ കുഞ്ഞുമനസ്സിനെ വല്ലാതെ ഭയപ്പെടുത്തിയിരുന്നു.

അന്നൊക്കെ വറുതിയുടെയും പട്ടിണിയുടെയും കാലമായിരുന്നു. ദിവസങ്ങളോളം തോരാതെ നിന്നു പെയ്യുന്ന മഴമൂലം ജോലിയ്ക്കു പോകാനാവാതെ നിത്യവൃത്തിയ്ക്കു ബുദ്ധിമുട്ടുന്ന മനുഷ്യജീവിതങ്ങൾ. പഞ്ഞമാസം എന്നാണ് അന്ന് പറഞ്ഞിരുന്നത്. വേനൽക്കാലത്ത് കരുതിവയ്ക്കുന്ന പുല്ല്, പയറ്, കൊള്ളി(കപ്പ) എന്നിവയായിരുന്നു വിശപ്പുമാ

റ്റാനായി ഉപയോഗപ്പെടുത്തിയിരുന്നത്. എവിടെയും കൂട്ടുകുടുംബങ്ങളാണ് അന്നുണ്ടായിരുന്നത്. കഴിവിന്റെ തോതനുസരിച്ച് ഓരോരുത്തരുടേയും വീടും പറമ്പും വ്യത്യസ്തമായിരുന്നു. അപൂർവ്വം ചില വീടുകൾ മാത്രമാണ് അന്ന് ഓട് മേഞ്ഞിരുന്നത് സിലോൺ, സിംഗപ്പൂർ എന്നിവിടങ്ങളിൽ പോയി പണം സമ്പാദിച്ചവരായിരുന്നു അങ്ങനെ ചെയ്തിരുന്നത്. ഒരു പറമ്പിൽ ഒരു വീട് എന്നതായിരുന്നു അന്നത്തെ ഒരു രീതി. ഏക്കർ കണക്കിനുള്ള ഭൂമിയാണെങ്കിലും അതിന്റെ നടുവിലൊരു വീട്. ഏതെങ്കിലും വീട്ടിൽ മരണമോ, മറ്റു അത്യാപത്തുകളോ ഉണ്ടായാൽ ഉച്ചത്തിലുള്ള നിലവിളികൾ ഉയരും. അപ്പോൾ അയൽക്കാരും സമീപവാസികളുമൊക്കെ ഓടിയെത്തും. വേലിയുടെ വേർതിരിവുകളോ മാനത്തോളം പോന്ന മതിൽക്കെട്ടുകളോ ഇല്ലാത്ത ഒരു കാലമായിരുന്നു അത്.

ഞങ്ങളുടെ ഗ്രാമത്തിന്റെ എടുത്തു പറയത്തക്ക പ്രത്യേകത അവിടത്തെ ക്ഷേത്രങ്ങളും ഉത്സവങ്ങളുമായിരുന്നു. മണപ്പുള്ളിക്കാവ്, അരിയന്നൂർ സുബ്രഹ്മണ്യക്ഷേത്രം, ചൊവ്വല്ലൂർ ശിവക്ഷേത്രം എന്നിവയായിരുന്നു അവയിൽ പ്രധാനം. മണപ്പുള്ളിക്കാവ് വീടിന് തൊട്ടടുത്ത് സ്ഥിതിചെയ്യുന്നു.

ചിങ്ങത്തിലെ തിരുവോണത്തിനു മുമ്പായി പാടത്തെ നെൽകൃഷി വിളവെടുത്തിരിക്കും. സമൃദ്ധിയുടേയും സുഭിക്ഷതയുടേയും ഓർമ്മപ്പെടുത്തലാണല്ലോ ഓണാഘോഷം. തവളക്കണ്ണൻ വിത്താണ് ഞങ്ങളുടെ താഴത്തെ പാടശേഖരങ്ങളിൽ പണിതിരുന്നത്. തവളക്കണ്ണൻ നെല്ല് കതിരുവന്നു നിൽക്കുന്നത് കാണാൻ തന്നെ വളരെ കൗതുകകരമായിരുന്നു. കൊയ്ത്തു കഴിഞ്ഞ കണ്ടങ്ങളിൽ ഇറങ്ങി മീൻപിടിക്കുന്നത് ഞങ്ങളുടെ ഒരു വിനോദമായിരുന്നു. കൊയ്തെടുത്ത് ബാക്കിനിൽക്കുന്ന നെൽച്ചെടിയുടെ കുറ്റികൾക്കിടയിൽ ധാരാളം വരാൽ (ബ്രാൽ) മത്സ്യങ്ങൾ ഒളിഞ്ഞുനിൽക്കുന്നുണ്ടാവും. അത് കാലുകൊണ്ട് ഇളക്കി കൈകൊണ്ട് പിടിക്കുന്നത് വളരെ ശ്രമകരവും എന്നാൽ അതിലേറെ രസകരവും ആയിരുന്നു. കല്ലുകുത്തി, മുശു എന്നീ മത്സ്യങ്ങൾ വേറെയുമുണ്ടാകും.

ഗ്രാമത്തിലെ ഏറ്റവും പ്രധാനപ്പെട്ട കച്ചവടകേന്ദ്രം പോർക്കളേങ്ങാട് ആയിരുന്നു. പോസ്റ്റോഫീസും അവിടെയാണ് സ്ഥിതിചെയ്യുന്നത്. ഒരു ഗ്രാമത്തിന്റെ മുഖ്യ വാർത്താവിനിമയകേന്ദ്രം പോസ്റ്റോഫീസും അത് കഴിഞ്ഞാൽ പിന്നെ ചായക്കടയുമാണ്. രണ്ട് പലചരക്കുകടകളിൽ ഒന്ന് സ്രാമ്പിക്കൽ ഇട്ട്യാരു കുട്ടി മാപ്പിളയുടേയും മറ്റൊന്ന് അദ്ദേഹത്തിന്റെ അനുജൻ സ്രാമ്പിക്കൽ തോമ മാപ്പിളയുടേതുമായിരുന്നു. രാമേട്ടന്റെയും

'ഇഷ്ടു'നായരുടേയും ചായക്കടകൾ, നായരുടെ ചായക്കടയിലെ 'ഇഷ്ടു' പ്രസിദ്ധിയാർജ്ജിച്ചതോടെ അദ്ദേഹത്തിന് ഇഷ്ടു നായരെന്ന ഓമനപ്പേരു കിട്ടി. ഇഷ്ടുനായരുടെ കടയുടെ മുകളിലാണ് പോർക്കളേങ്ങാട് ഗ്രാമീണ വായനശാല പ്രവർത്തിച്ചിരുന്നത്.

കച്ചവടകേന്ദ്രത്തെ സജീവമാക്കിയിരുന്ന മറ്റു ചിലരെ കൂടി ഓർക്കാതെ വയ്യ. പോസ്റ്റോഫീസിന്റെ സമീപത്ത് മുറുക്കാൻ കട നടത്തിയിരുന്ന കുരീതു മാപ്പിള. മീൻ കച്ചവടക്കാരൻ കുഞ്ഞിമോൻ മാപ്പിള. അദ്ദേഹത്തിന്റെ ജ്യേഷ്ഠൻ, പേര് ഓർമ്മയിൽനിന്നും വഴുതിപോയിരിക്കുന്നു. മുഖം ഓർമ്മയുണ്ട്. ഇവരൊക്കെ ഇപ്പോഴും എന്റെ ഉള്ളിന്റെ ഉള്ളിൽ ഓർമ്മയുടെ ശിലാഫലകങ്ങളിൽ ആലേഖനം ചെയ്ത രൂപങ്ങളായി മങ്ങാതെ, മായാതെ നിലകൊള്ളുന്നു. ഗതകാലസ്മൃതികളുടെ വഴികാട്ടിയായി; നഷ്ടവസന്തത്തിന്റെ നൊമ്പരമായി...

ഞങ്ങൾക്കന്ന് കറവുള്ള എരുമയുണ്ടായിരുന്നു. കറന്നെടുത്ത പാലുമായി അച്ഛൻ ചായക്കടയിൽ പോകും. ചിലപ്പോഴൊക്കെ ആ നിയോഗം എനിക്കായിരിക്കും. ഇഷ്ടുനായരുടെ കടയിലും രാമേട്ടന്റെ കടയിലുമായിരിക്കും പാലുകൊടുക്കുക. കണ്ടമ്പുള്ളി രാമേട്ടന്റെ കടയിലെ പരിപ്പുവടയും ഇഷ്ടുനായരുടെ ഉഴുന്നുവടയും ഓർക്കുമ്പോൾ ഇന്നും വായിൽ വെള്ളമൂറുന്നു. അവരാരും തന്നെ ഇന്ന് ജീവിച്ചിരിപ്പില്ല. താന്താങ്ങൾക്കു കിട്ടിയ വേഷങ്ങൾ ഭംഗിയായി ആടി തീർത്ത് അവരൊക്കെ കാലയവനികക്കു പിന്നിൽ മറഞ്ഞുപോയിരിക്കുന്നു; ചരിത്രത്തിന്റെ മൂകസാക്ഷികളായി.

വൈകുന്നേരങ്ങളിൽ അച്ഛൻ കുട്ടയുമെടുത്ത് കുരീതുമാപ്പിളയുടെ മുറുക്കാൻ കടയിൽ ചെന്നിരിക്കും. പലവ്യഞ്ജനങ്ങൾ വാങ്ങി സുഗമമായി കൊണ്ടുവരുന്നതിനായി മുളയുടെ നേർത്ത ചീന്തുകൾകൊണ്ട് നെയ്തെടുത്തുണ്ടാക്കിയ ഒന്നാണ് 'കുട്ട' എന്നു പറയുന്നത്. മാസംതോറും ശേഖരേട്ടൻ അയയ്ക്കാറുള്ള അമ്പതുരൂപ മണിയോർഡറും കാത്താണ് അച്ഛൻ ആ പീടികത്തിണ്ണയിൽ ചെന്നിരിക്കുന്നത്. കുന്നംകുളം ബോയ്സ് ഹൈസ്കൂളിൽ നിന്നും ക്ലാസ്സു കഴിഞ്ഞുവരുന്ന ഞാൻ അച്ഛന്റെ ആ കടയിലെ കുത്തിയിരിപ്പ് സാകൂതം വീക്ഷിക്കാറുണ്ടായിരുന്നു.

ജനസാന്ദ്രത കുറവായിരുന്ന ആ കാലത്ത് വീടുകളും വിരലിലെണ്ണാവുന്നതേ ഉണ്ടായിരുന്നുള്ളു. വെറുതെ കിടന്നിരുന്ന തരിശുഭൂമികളും, വിശാലമായ പടിഞ്ഞാറൻ കുന്നുമൊക്കെ ഇപ്പോൾ അദൃശ്യമായിരിക്കുന്നു. കാലം വരുത്തിയ മാറ്റങ്ങൾ എന്നുപറയാം. അവിടെയെല്ലാം ഗവർ

മെന്റ് ഭൂരഹിതർക്ക് പട്ടയം നൽകി ആവാസയോഗ്യമാക്കിയിരിക്കുന്നു. എങ്ങും വീടുകളും കോൺക്രീറ്റ് നിർമ്മിതികളും നിറഞ്ഞുനിൽക്കുന്നു.

തെങ്ങുകളും കവുങ്ങുകളും വാഴകളും തിങ്ങിനിൽക്കുന്ന പ്രകൃതി രമണീയമായ താഴ്‌വാരങ്ങൾ, സമതലങ്ങൾ, ഇളനീർക്കുടങ്ങൾ ചുമന്ന് പാടത്തേയ്ക്ക് തല ചായ്ച്ച് നിരന്നുനിൽക്കുന്ന തെങ്ങുകൾ. നാട്ടിടവഴികളിലും വയലിറമ്പുകളിലും വൃശ്ചികക്കാറ്റിൽ മുടിയഴിച്ചാടുന്ന മുളങ്കാടുകൾ. കലപില കൂട്ടുന്ന കരിമ്പനയോലകൾ. എവിടെനോക്കിയാലും ഹരിതാഭമായ ഭൂമി. ഗ്രാമത്തിന്റെ ദൃശ്യഭംഗികളൊക്കെ ഇങ്ങിനി വരാത്തവണ്ണം പോയ്മറഞ്ഞിരിക്കുന്നു. എങ്കിലും ഓർമ്മകളുടെ നിധിപേടകത്തിൽ ഞാനത് അമൂല്യമായി സൂക്ഷിച്ചുവയ്ക്കുന്നു.

കുന്നുകൾ ഇടിച്ചും പാടങ്ങൾ നികത്തിയും അവിടെയൊക്കെ കോൺക്രീറ്റ് കെട്ടിടങ്ങൾ ഉയർന്നു കഴിഞ്ഞിരിക്കുന്നു; സ്മാരകശിലകൾപോലെ. ഇപ്പോൾ നിത്യേനയെന്നോണം നാം അനുഭവിച്ചുകൊണ്ടിരിക്കുന്ന പ്രകൃതിദുരന്തത്തിന്റെ അടിസ്ഥാനകാരണം ഇതല്ലാതെ മറ്റെന്താണ്? സ്വയം കൃതാനർത്ഥം സ്വയം അനുഭവിച്ചല്ലേ തീരൂ.

കേരളീയർ അതിജീവനത്തിനായി ഗൾഫുനാടുകളിൽ എത്തിപ്പെടാൻ തുടങ്ങിയതിനു ശേഷമാണ് നമ്മുടെ ഭൂമിശാസ്ത്രം തന്നെ മാറ്റിയെഴുതപ്പെടുന്നത്; വികസനത്തിന്റെ പാത തുടരുന്നത്. നാളിതുവരെ വിട്ടുമാറാതിരുന്ന വിശപ്പും പട്ടിണിയും തൂത്തെറിയപ്പെടുന്നത്. പുറപ്പെട്ടുപോയ പ്രവാസികളുടെ പ്രയത്നത്തിന്റെ, ത്യാഗത്തിന്റെ. ആത്മസമർപ്പണത്തിന്റെ ആകെത്തുകയാണ് നാം ഇന്നു കാണുന്ന കേരളത്തിന്റെ മുഖഛായയെന്ന് എത്ര പേർക്കറിയാം?

അന്നെല്ലാം വായനശാലകൾ കുട്ടികളിൽ വായനാശീലം വളർത്തുവാനും അതിലൂടെ പൊതു വിവരങ്ങൾ, സദ്സ്വഭാവം, ബഹുമാനം, സ്നേഹം, എന്നിവ മനസ്സിൽ ഊട്ടിയുറപ്പിക്കുവാനും അറിവിന്റെ ആദ്യപാഠങ്ങൾ മനസ്സിലാക്കുവാനും അത് നിലനിർത്തുവാനും മാത്രമല്ല, വായിച്ചറിഞ്ഞവയെ തന്റെ സ്വന്തം പ്രതിഭയാൽ ഭാവനചെയ്യുവാനും അതിലൂടെ ക്രിയാത്മകമായ ശക്തിയാർജ്ജിക്കുവാനും കഴിയുമായിരുന്നു. ഇന്ന് കുട്ടികൾക്ക് മൊബൈൽ ഫോണും കമ്പ്യൂട്ടറുമാണ് നൽകുന്നത്. അതോടെ വായനാശീലം കുറയുകയും സ്നേഹബഹുമാനങ്ങൾ കുറയുകയും ചെയ്യുന്നു. 1962ൽ ഞാൻ ബോംബെയ്ക്ക് പോയതിനുശേഷവും വായനശാലയുടെ പ്രവർത്തനങ്ങൾ ഏറെ മുന്നോട്ട് തന്നെപോയിട്ടുണ്ട്. ഒടാട്ട് സുബ്രഹ്മണ്യൻ വായനശാല കെട്ടിടത്തിനായി സ്ഥലം സൗജന്യമായി കൊടുത്തു. അവിടെ പോലിയത്ത് മുത്തുലക്ഷ്മി ഒരു കെട്ടി

ടവും പണികഴിപ്പിച്ചുകൊടുത്തു. നല്ലൊരു തുക ഇപ്പോൾ വായനശാലയ്ക്ക് സർക്കാരിൽ നിന്ന് ഗ്രാന്റ് കിട്ടുന്നുമുണ്ട്. ഇന്ന് തൃശ്ശൂർ ജില്ലയിലെ വായനശാലകളിൽ പോർക്കളേങ്ങാട് വായനശാല ഒന്നാം നിരയിൽ തന്നെ തലയുയർത്തി നിൽക്കുന്നുണ്ട്. അതിനായി നിസ്വാർത്ഥമായി പ്രവർത്തിക്കുകയും ഭാഗഭാക്കാകുകയും ചെയ്ത എല്ലാവരുടേയും മുന്നിൽ ഞാൻ ശിരസ്സ് നമിക്കുന്നു.

എന്റെ കുട്ടിക്കാലത്തെ, അതായത് എഴുപത്വർഷം മുന്നെയുള്ള നമ്മുടെ നാടും നാട്ടുകാരും എങ്ങിനെയായിരുന്നു എന്നത് ഞാൻ ഇന്നും ഓർക്കുന്നു. അന്ന് ബഹുഭൂരിപക്ഷം ആളുകളും പരസ്പരം സ്നേഹിക്കുകയും ബഹുമാനിക്കുകയും ചെയ്തിരുന്നു. മതിലുകളില്ലാത്ത നാടായിരുന്നു അത്. എല്ലാവർക്കും എല്ലാവരുടേയും വീട്ടുമുറ്റത്തുകൂടെ നടക്കാമായിരുന്നു. ആരും എതിരുപറയില്ലായിരുന്നു. മറിച്ച് അങ്ങിനെ നടക്കുന്നവരും വീട്ടുകാരും പരസ്പരം വിശേഷങ്ങൾ ചോദിച്ചറിഞ്ഞായിരുന്നു സഞ്ചാരം. "എവിടുന്നാ വരുന്നത്?, എവിടേയ്ക്കാ പോകുന്നത്?, ഭക്ഷണം കഴിച്ചോ? മോന്റെ കത്തൊക്കെ വരാറില്ലേ? തുടങ്ങിയ വിശേഷങ്ങൾ പരസ്പരം അന്വേഷിച്ചാണ് വഴിനടക്കുക.

അപൂർവ്വം ചിലയിടങ്ങളിൽ മുളയും മുള്ളുകളും ഉപയോഗിച്ചും മെടഞ്ഞ തെങ്ങോലകൾ ഉപയോഗിച്ചുകൊണ്ടും ഉള്ള ചില വേലികൾ ഉണ്ടായിരുന്നു. വെള്ളമൊഴുകുന്ന തോടുകൾ ധാരാളമുണ്ടായിരുന്നു. പറമ്പുകളിൽ കുളങ്ങളും അവയിൽ നിന്ന് പുറത്തേക്കുപോകുന്ന തോടുകളും അവ ചെന്നവസാനിക്കുന്ന വയലുകുളും ഉണ്ടായിരുന്നു. തോട്ടിലും പാടത്തും വെള്ളമുണ്ടായിരുന്നു. കോൺക്രീറ്റ് കെട്ടിടങ്ങൾ തീരെ ഇല്ലായിരുന്നു. മിക്കവാറും ഓല മേഞ്ഞ വീടുകളായിരുന്നു എല്ലാം. ഒറ്റപ്പെട്ട് നിൽക്കുന്ന ഓടുമേഞ്ഞ വീടുകളും ഉണ്ടായിരുന്നു. ആ പഴയ നാട് നഷ്ടപ്പെട്ടിരിക്കുന്നു. തോടും പാടവും നികന്നു, കെട്ടിടങ്ങൾ ഉയർന്നു. പ്രകൃതിക്ഷോഭങ്ങൾ കൂടുന്നു. വരൾച്ചയും അതിവർഷവും മാറിമാറിവരുന്നു. ആ പഴയ കാലത്തിലൂടെ ജിവിച്ചതിനാലും ആ ഓർമ്മകൾ ജീവനോടെ മനസ്സിൽ നിലനിൽക്കുന്നതിനാലുമായിരിക്കണം ഇതെല്ലാം തീരാ നഷ്ടങ്ങളായി എന്നെ വേദനിപ്പിച്ചുകൊണ്ടിരിക്കുന്നു.

കുന്നംകുളം ബോയ്സ് ഹൈസ്കൂളിൽ ആ വർഷം ഞങ്ങൾ നാല്പത്തിയഞ്ചുപേരാണ് എസ്.എസ്.എൽ.സി. പരീക്ഷ എഴുതിയത്. അതിൽ ഞാനും മറ്റുമൂന്നുപേരും മാത്രമാണ് പാസ്സായത്. ബാക്കി എല്ലാവരും തോറ്റുപോയി. വിദ്യാഭ്യാസജീവിതത്തിലെ പ്രധാനപ്പെട്ട ഒരു കടമ്പയാണ് അന്നത്തെ പത്താംക്ലാസ് പരീക്ഷ. അന്ന് എല്ലാ വിഷയത്തിലും പ്ര

ത്യേകം നിശ്ചിതശതമാനം മാർക്ക് കിട്ടിയാൽ മാത്രമാണ് വിജയിക്കുകയുള്ളൂ. എന്റെ വിജയത്തിൽ ഏറ്റവും കൂടുതൽ സന്തോഷിച്ചതും അഭിമാനം കൊണ്ടതും എന്റെ പ്രിയപ്പെട്ട അച്ഛനായിരുന്നു. എന്നേക്കാളേറെ അച്ഛന്റെ വിജയമായിട്ടാണ് അച്ഛൻ അതാഘോഷിച്ചത്. തനിക്ക് സാധിക്കാതെ പോയത് തന്റെ മകൻ നേടിയതിലുള്ള ആഹ്ലാദവും ആവേശവും അച്ഛന്റെ ഓരോ ചലനത്തിലുമുണ്ടായിരുന്നു. പരീക്ഷാഫലം വരുന്ന അന്ന് അച്ഛൻ ചായ കുടിക്കാൻ ചായക്കടയിൽ പോയതായിരുന്നു. ഞാൻ അന്നത്തെ മാതൃഭൂമി പത്രം വാങ്ങിച്ച് ഫലം പരിശോധിച്ച് എന്റെനമ്പർ കണ്ടയുടനെ അച്ഛനെ കാണിക്കാൻ കടയിലേക്കോടി. അച്ഛനോട് വിവരം പറഞ്ഞു. സന്തോഷാധിക്യത്താൽ എന്താണ് ചെയ്യേണ്ടതെന്നറിയാതെ അച്ഛൻ ഒരു നിമിഷം നിന്നു. അന്ന് ചായക്കടയിൽ വന്നവർക്കെല്ലാം അച്ഛന്റെ വകയായിരുന്നു ചായ. അച്ഛൻ തന്റെ വിജയാഹ്ലാദം പ്രകടിപ്പിച്ചത് അങ്ങനെയായിരുന്നു. ഉള്ളിന്റെ ഉള്ളിൽ നീറ്റലായി കിടന്നിരുന്ന നീറ്റടക്കയുടെ ഓർമ്മകൾക്ക് ഇതൊരു സാന്ത്വനമായി, ആശ്വാസത്തിന്റെ ഒരു നേർത്ത കണിക.

അക്കാലത്തെ പീടികകൾ എന്ന് പറഞ്ഞാൽ ഒരു ഗ്രാമത്തിന്റെ ആത്മാവാണ്. ഗ്രാമത്തിലെ തലമുതിർന്നവർ എല്ലാവരും ഒത്തുകൂടുന്ന സ്ഥലം. സൗഹൃദത്തിന്റെ സമ്മേളനവേദി. ലോകത്തിലെ ഏതൊരു വാർത്തകളും വാർത്താവിശകലനങ്ങളും നടക്കുന്നത് അവിടെയാണ്. ഒരുപക്ഷെ ഇന്നത്തെ ചാനൽചർച്ചകളുടെയൊക്കെ ആദിമരൂപം രൂപം കൊണ്ടത് അവിടെനിന്നാണെന്ന് പറയാം. ഗ്രാമങ്ങൾ പട്ടണങ്ങളും നഗരങ്ങളുമായി മാറുകയും ചായക്കടകൾ ഹോട്ടലുകളും റെസ്റ്റോറന്റുകളും ആയി പരിണമിക്കുകയും ചെയ്തപ്പോൾ നമുക്കു നഷ്ടമായത് പഴയ നാട്ടിൻപുറത്തിന്റെ തീർത്തും നിഷ്കളങ്കമായ മനസ്സുകളും നന്മകളും സഹായസൗഹൃദങ്ങളുടെ കൂട്ടായ്മകളുമാണ്. ഇന്ന് പലർക്കും അറിഞ്ഞുകൂടാത്ത ചങ്ങാതിക്കുറിയെന്ന പരസ്പര സഹായകൂട്ടായ്മ നിലനിന്നിരുന്നത് ചായക്കടകളുടെ സാന്നിദ്ധ്യത്തിലായിരുന്നു. പരസ്പരസഹായത്തോടെയും സഹവർത്തിത്തോടെയും കഴിഞ്ഞുവന്നിരുന്ന ഒരു സമൂഹത്തിന്റെ കൊടുക്കൽവാങ്ങലുകൾ എത്ര സുതാര്യവും സത്യസന്ധവുമായിരുന്നുവെന്നതിന്റെ പ്രത്യക്ഷ ഉദാഹരണമായിരുന്നു ചായക്കുറികൾ അഥവാ ചങ്ങാതിക്കുറികൾ. വടക്കൻ കേരളത്തിൽ പയറ്റ് എന്ന പേരിലാണ് ഇതറിയപ്പെട്ടിരുന്നത്.

വീടുകളിൽ വിവാഹം, പേരുവിളി, ചോറൂണ്, മരണാനന്തര ചടങ്ങുകൾ തുടങ്ങിയ വിശേഷാവസരങ്ങളിൽ ക്ഷണിക്കപ്പെടുന്നവർക്ക് സദ്യ

യുണ്ടാകും. സദ്യനടത്താൻ ചിലവുണ്ട്. അതു കണ്ടറിഞ്ഞ് വരുന്നവരെല്ലാം തങ്ങളാലാകുന്ന സഹായം പൈസയായും സ്വർണ്ണമായും സാധനങ്ങളായും അതിനു കഴിയാത്തവർ കായികമായും ചെയ്തുപോന്നിരുന്നു. ഈയൊരുസമ്പ്രദായം എല്ലാ സമുദായങ്ങളിലും നിലനിന്നിരുന്നു. ഗൃഹനാഥന് ഒരു കൈത്താങ്ങ് ലഭിക്കുന്ന ഒരു സഹായം. അതെന്തുതന്നെയായാലും വീട്ടുകാർ ഒരു പുസ്തകത്തിൽ രേഖപ്പെടുത്തി വയ്ക്കും. പിന്നീട് തന്നവരുടെ വീട്ടിൽ ഒരു വിശേഷം വരുമ്പോൾ അത് തിരിച്ചു കൊടുക്കേണ്ട ബാദ്ധ്യത വാങ്ങിയ ആൾക്കുണ്ട്. തന്നതിനേക്കാൾ അല്പം കൂടുതൽ തിരിച്ചുകൊടുക്കുക എന്നതാണ് ഒരു സാമാന്യമര്യാദ. എന്നാൽ വീട്ടിൽ വിശേഷങ്ങളോ ചടങ്ങുകളോ ഇല്ലാത്തവർക്ക് സാമ്പത്തികബുദ്ധിമുട്ട് വന്നാൽ എന്തുചെയ്യും? ഈയൊരു സാഹചര്യത്തിലാണ് ചായക്കുറി എന്ന ആശയം അക്കാലത്ത് ഉടലെടുത്തത്.

ചായക്കുറി നടത്താനുദ്ദേശിക്കുന്ന സ്ഥലവും (ചായക്കട) ദിവസവും സമയവും കാണിച്ചുകൊണ്ടുള്ള നോട്ടീസ് എഴുതി സുഹൃത്തുക്കൾക്ക് വിതരണം ചെയ്യും. അന്നേ ദിവസം ചായപ്പീടികയിൽ നോട്ടുബുക്കുമായി ഒരാൾ എഴുതാനിരിക്കും. വരുന്നവർ കൊടുക്കാനുള്ളതോ അതിൽ കൂടുതലോ കൊടുത്ത് പുസ്തകത്തിൽ എഴുതിയ്ക്കും. പ്രത്യുപകാരമായി അവർക്ക് ചായയും പലഹാരവും ഇറച്ചിയും പത്തിരിയും വരെ നൽകി സൽക്കരിക്കുന്നവരുണ്ടായിരുന്നു. പൊയ്പ്പോയ കാലത്തിലെ പരസ്പര ധാരണയുടേയും സഹായസഹകരണങ്ങളുടേയും അകമഴിഞ്ഞ ആത്മാർത്ഥതയുടേയും മുഖമുദ്രകൾ ഇന്ന് നമുക്ക് കൈമോശം വന്നിരിക്കുന്നു. സ്വയം പര്യാപ്തതയുടെ ലോകത്താണ് നാം എന്ന തോന്നൽ എല്ലാവർക്കുമുണ്ടായിരിക്കുന്നു.

ഹൈസ്കൂൾ വിദ്യഭ്യാസത്തിനുശേഷം തുടർന്ന് കോളേജിൽ ചേർന്ന് പഠിക്കാൻ ഞാനാഗ്രഹിച്ചിരുന്നു. അതിനുള്ള സാമ്പത്തികശേഷി വീട്ടിലില്ലെന്ന് അറിയാവുന്നതുകൊണ്ട് ആ ആഗ്രഹം ഉള്ളിലൊതുക്കി. നിത്യവൃത്തിക്ക് നിവൃത്തിയില്ലാതെ കഷ്ടപ്പെടുന്ന അച്ഛനോട് കോളേജിൽ ചേരണമെന്ന് പറയാൻ മനസ്സ് അനുവദിച്ചില്ല. പകരം ടൈപ്പ് റൈറ്റിങ്ങും ഷോർട്ട്ഹാന്റും പഠിച്ചാൽ ജോലിസാദ്ധ്യതയുണ്ടെന്ന കേട്ടറിവിൽ കുന്നംകുളത്ത് പോൾമാസ്റ്ററുടെ എക്സൽഷ്യർ ടൈപ്പ് റൈറ്റിങ് ആന്റ് ഷോർട്ട് ഹാന്റ് ഇൻസ്റ്റിറ്റ്യൂട്ടിൽ പോയി ചേർന്നു. രണ്ടു വർഷത്തെ പഠനം വിജയകരമായി പൂർത്തിയാക്കി.

ജീവിതം അപ്പോഴും ഒരു പ്രഹേളികയായി മുന്നിലുണ്ട്. ഇനിയെന്ത് എന്ന ചോദ്യവും ചിന്തയും ഉത്തരം കിട്ടാതെ അവശേഷിക്കുമ്പോഴാണ്

ബോംബെ എന്ന വാക്ക് മനസ്സിൽ തെളിയുന്നത്. അന്നത്തെ ഏതൊരു ചെറുപ്പക്കാരനും ജോലിസാധ്യത തേടുന്ന രണ്ടുനഗരങ്ങളാണ് ബോംബെയും മദിരാശിയും. മലയാളികൾ സിലോണും മലേഷ്യയും കഴിഞ്ഞ് പിന്നീട് ജോലിതേടി പോകുന്ന രണ്ടു സ്ഥലങ്ങളായിരുന്നു അന്ന് മദിരാശിയും ബോംബെയും.1962ൽ എന്റെ ഇരുപത്തിയൊന്നാമത്തെ വയസ്സിൽ ഞാൻ ബോംബെയിലേക്ക് യാത്ര പുറപ്പെട്ടു.

തൃശ്ശൂരിൽ നിന്ന് തീവണ്ടിയിലാണ് ബോംബേയ്ക്ക് പോകുക. കാണിപ്പയ്യൂരിൽനിന്ന് തൃശ്ശൂരിലേയ്ക്ക് ബസ്സുണ്ട്. കാണിപ്പയ്യൂർ ബസ്സ്റ്റോപ്പ് വരെ അച്ഛൻ കൂടെവന്നു. ബസ്സ് വന്നു നിന്നു. അതിലേക്ക് കയറുമ്പോൾ മനസ്സ് വിങ്ങി. എത്ര ദാരിദ്ര്യമാണെങ്കിലും വീടുവിട്ടുപോകുന്നത് ഒരു വേദന തന്നെയായിരുന്നു. പക്ഷെ നിവൃത്തിയില്ലായിരുന്നു. ജീവിതത്തിൽ നമുക്ക് പലതീരുമാനങ്ങളും എടുക്കാം. എന്നാൽ ആ തീരുമാനങ്ങളെല്ലാം എടുപ്പിക്കുന്നത് ജീവിതം തന്നെ രൂപപ്പെടുത്തുന്ന സാഹചര്യങ്ങളാണ്. ബോംബെയിലേക്ക് പോകുക എന്ന തീരുമാനം വേറെ വഴിയില്ലാതെ എടുത്തതായിരുന്നു. ബസ്സിലിരിക്കുന്ന എന്നെ നിറകണ്ണുകളോടെ നോക്കി കൈവീശി യാത്രയാക്കിയ അച്ഛന്റെ മുഖം ഇപ്പോഴും എന്റെ മനസ്സിലുണ്ട്. ബസ്സ് മുന്നോട്ടുനീങ്ങിയപ്പോൾ അച്ഛനെ കാണാൻ എന്റെ മുഖം താനെ പുറകോട്ടുതിരിഞ്ഞു. ബസ്സിന്റെ പുറകിലെ ചില്ലിലൂടെ ഞാൻ നോക്കി. ചില്ലിന്റെ പുറംഭാഗത്തുകൂടെ താഴേയ്ക്ക് വെള്ളം ഒലിച്ചിറങ്ങുന്നു. മഴപെയ്യുകയാണ്. ആ മഴയിലും അച്ഛനെകണ്ടു. തോരാത്ത മഴയിൽ നനഞ്ഞൊലിച്ചുനിൽക്കുന്ന അച്ഛന്റെ രൂപം അകന്നകന്നു പോകുന്നത് ഞാൻ കണ്ടു. അച്ഛൻ തന്റെ കൈകൾ അപ്പോഴും വീശുന്നുണ്ടായിരുന്നു. എന്റെ കണ്ണുകളിൽ നിന്നും ഇടവപ്പാതി പോലെ കണ്ണീർമഴ ഒലിച്ചിറങ്ങിയപ്പോൾ ഞാൻ ഇരു കൈകൾകൊണ്ടും കണ്ണുകൾ തുടച്ച് പുറത്തേയ്ക്ക് നോക്കി. അപ്പോൾ പുറത്ത് മഴയില്ല, കത്തുന്ന വെയിലാണ്. സത്യത്തിൽ മഴപെയ്തില്ലായിരുന്നു. അച്ഛൻ നനഞ്ഞൊലിച്ചിട്ടുമില്ല. വെള്ളം ഒലിച്ചിറങ്ങിയത് ബസ്സിന്റെ ചില്ലിലൂടെയല്ല, എന്റെ കണ്ണിലൂടെ മാത്രമായിരുന്നുവെന്നും ഞാൻ അപ്പോൾ തിരിച്ചറിഞ്ഞു.

വീണ്ടും ചില
വീട്ടുകാര്യങ്ങൾ

മൂത്തജ്യേഷ്ഠന് അഞ്ചുമക്കൾ ജനിച്ചു. മൂത്തത് മകൻ പുഷ്പരാജൻ. താഴെ നാലുപെൺകുട്ടികൾ (ശാന്തിനി, കോമള, ഷീല, ബീന). ജ്യേഷ്ഠത്തിയുടെ പേര് ലക്ഷ്മി എന്നാണ്. രണ്ടാമത്തെ ജ്യേഷ്ഠൻ വിവാഹം കഴിച്ചത് വീടിനടുത്തുനിന്നു തന്നെയായിരുന്നു. അത് ഒരു 'ലൗകം അറേഞ്ച്ഡ് മാര്യേജ്' എന്നുപറയാം. ആ ജ്യേഷ്ഠത്തി പരമേശ്വരി. അവർക്ക് ഒരാൺകുട്ടിയും മൂന്നു പെൺമക്കളും (ഷാജി, ശ്രീജ, സുജ, സ്മിത). മൂന്നാമത്തെ ജ്യേഷ്ഠനും വിവാഹം കഴിച്ചു. ജ്യേഷ്ഠത്തിയുടെ പേര് ദേവകി. മൂന്നാണും ഒരു പെണ്ണും മക്കൾ (മഹേന്ദ്രൻ, ധർമ്മൻ, ഷീജ, വിശ്വനാഥൻ). കണ്ണിന് കാഴ്ചകുറവായിരുന്ന സഹോദരി ലീലയേയും വിവാഹം ചെയ്തുകൊടുത്തു. നിത്യവൃത്തിക്ക് കൂലിപ്പണിയെടുത്തു ജീവിക്കുന്ന ഒരാളായിരുന്നു അളിയൻ. സാധാരണകുടുംബം. അച്ഛന്റേയും അമ്മയുടേയും മനസ്സമാധാനത്തിനു വേണ്ടിയായിരുന്നു ആ ബന്ധം ഉണ്ടായത്. അളിയന്റെ പേര് ഗോപാലൻ, അവർക്ക് നാല് മക്കൾ, മല്ലിക, സുര, അനി, സുമ.

അച്ഛൻ, അമ്മ, മക്കൾ, മരുമക്കൾ, പേരകുട്ടികൾ എന്നിങ്ങനെ എല്ലാവരും ചേർന്ന ഒരു വലിയ കൂട്ടുകുടുംബത്തിലെ ജീവിതവും ജീവിതാന്തരീക്ഷവും പ്രത്യേക അനുഭവം തന്നെയാണ്. ഏകാന്തതയില്ല, സ്വകാര്യതയില്ല. അന്യോന്യം അറിഞ്ഞും അന്വേഷിച്ചും പറഞ്ഞും പങ്കുവെച്ചും ജീവിച്ചുപോന്ന കൂട്ടുകുടുംബവ്യവസ്ഥിതി ഒരു കാലഘ ട്ടത്തിന്റെ പ്രത്യേകതയായിരുന്നു. വ്യക്തിത്വവികാസത്തിന് ഒരു പരി ധിവരെ അത് സഹായിച്ചിട്ടുമുണ്ട്. ഇന്നിപ്പോൾ നാം നമ്മളിലേക്കു തന്നെ ചുരുങ്ങിയൊതുങ്ങുന്ന ഒരവസ്ഥ സംജാതമായിരിക്കുന്നു. കാലഘട്ടത്തിന്റെ മാത്രം മാറ്റമാണോ ഇത്? നാം ചിന്തിക്കേണ്ടിയിരിക്കുന്നു, ആധികാരികമായി ചർച്ചചെയ്യേണ്ടിയിരിക്കുന്നു.

മൂത്തസഹോദരന്റെ വഴിവിട്ട യാത്രയിൽ വേദന അനുഭവിക്കേണ്ടിവന്നത് മറ്റുള്ളവരായിരുന്നു. ഭാര്യയും അഞ്ചുമക്കളും ഉണ്ടെന്ന യാഥാർത്ഥ്യം ഗൗരവമായി എടുക്കാതെയുള്ള പ്രയാണം അദ്ദേഹം തുടർന്നു.

പലപല സ്ഥലങ്ങളിലൊക്കെപോയി. മദിരാശി കർണ്ണാടക, ആന്ധ്ര, ഗുണ്ടക്കൽ എന്നിവിടങ്ങളിലൊക്കെ ജോലി നോക്കി, ആന്ധ്രയിലേയ്ക്ക് ഭാര്യയേയും മക്കളേയും കൊണ്ടുപോയി. പക്ഷെ ഒരിടത്തും വേരുപിടിക്കാനോ രക്ഷപ്പെടാനോ കഴിഞ്ഞില്ല.

അതിനിടയിൽ രണ്ടാമത്തെ ജ്യേഷ്ഠൻ സ്ഥലം വാങ്ങി പുതിയ വീട് വച്ച് താമസം മാറി. മൂന്നാമത്തെ ജ്യേഷ്ഠൻ കുറച്ചുനാൾ കുടുംബമായി മദിരാശിയിൽ പോയി നിന്നു. വീട്ടിൽ അച്ഛന്റെ വിഷമതകൾ കണ്ടതുകൊണ്ടായിരിക്കണം എന്തെങ്കിലും ജോലി ചെയ്ത് ചിലവിന് കാശുണ്ടാക്കണമെന്ന ചിന്ത വളരെ ശക്തമായിതന്നെ എന്റെ മനസ്സിൽ നാമ്പിട്ടുകഴിഞ്ഞിരുന്നു. അതുകൊണ്ടുതന്നെ ബോംബെയിലേക്കുള്ള യാത്രയിൽ മുഴുവൻ അവിടെയെത്തി ജോലികിട്ടിയാൽ മാസം അമ്പതുരൂപ വീതം അച്ഛനു അയച്ചുകൊടുക്കാൻ സാധിക്കണമെന്ന ഒരൊറ്റ പ്രാർത്ഥന മാത്രമേ ഉണ്ടായിരുന്നുള്ളു.

എനിക്ക് താഴെ മൂന്ന് അനിയന്മാർ ഭാസ്കരൻ, വിശ്വംഭരൻ, സുകുമാരൻ. ഭാസ്കരന്റെ ഭാര്യ രാധ, മക്കൾ വിനീഷ്, വിനീത. വിശ്വംഭരന്റെ ഭാര്യ തങ്കമണി മക്കൾ വിനയൻ, വിനോദ്. സുകുമാരന്റെ ഭാര്യ അജിത മക്കൾ അനുദീപ്, അനുശ്രീ. ഞാൻ ബോംബെയ്ക്കു വണ്ടികയറുമ്പോൾ അനിയന്മാർ മൂന്നുപേരും വിദ്യാർത്ഥികളാണ്. സുകുമാരൻ പത്താംക്ലാസ്സ് വരെ പഠിച്ചു. ഭാസ്കരനും വിശ്വംഭരനും പഠിപ്പിൽ വലിയ മികവ് കാണിച്ചിരുന്നില്ല. അച്ഛന്റെ പ്രാരബ്ധങ്ങളെക്കുറിച്ചോ ജീവിതത്തിൽ നേരിടുന്ന വൈഷമ്യങ്ങളെക്കുറിച്ചോ അവർ മനസ്സിലാക്കാൻ തുടങ്ങിയിരുന്നില്ല. അല്ലെങ്കിൽ അതിനുള്ള പക്വത അവർക്ക് ആയിട്ടുണ്ടായിരുന്നില്ല. ഭാസ്കരൻ ഒരു കൈത്തൊഴിലെന്ന നിലക്ക് ടൈലറിങ് പഠിക്കാൻ പോയിക്കൊണ്ടിരുന്നു. കൂട്ടുകുടുംബവ്യവസ്ഥിതിയെ മനഃശാസ്ത്രപരമായി വിശകലനം ചെയ്താൽ ഗുണപരമായ കാര്യങ്ങൾക്കൊപ്പം ചില ദൂഷ്യഫലങ്ങളും നമുക്കു കണ്ടെത്താനാകും. ഒരു കുടുംബത്തിൽ സ്വാഭാവികമായും മൂത്തവരും ഏറ്റവും ഇളയവരുമായിരിക്കും കൂടുതൽ ഓമനിക്കപ്പെടുകയും പരിചരിക്കപ്പെടുകയും ചെയ്യുക. മാതാപിതാക്കളുടെ പ്രത്യേകശ്രദ്ധ കേന്ദ്രീകരിക്കുന്നതുകൊണ്ടുതന്നെ ഇവരിൽ നിരുത്തരവാദിത്വവും നിഷ്ക്രിയത്വവും രൂപപ്പെടാനുള്ള സാദ്ധ്യത ഏറിവരുന്നതായി സമൂഹത്തിൽ നമുക്കു കാണാം. ഒരു വ്യക്തിയെ രൂപപ്പെടുത്തുന്നതിൽ ചുറ്റുമുള്ള പരിസ്ഥിതിക്കും പരിതസ്ഥിതിക്കുമുള്ള പങ്ക് തള്ളിക്കളയാവുന്നതല്ലല്ലൊ.

മുംബൈ

ഇന്നത്തെ മുംബൈ അന്നറിയപ്പെട്ടിരുന്നത് ബോംബെ എന്നാണ്. മഹാരാഷ്ട്രീയൻ ഭാഷയായ മറാത്തിയിൽ മുംബൈ എന്നത്രെ ശരിയായ നാമം. ഇന്ത്യയിൽ പില്ക്കാലത്ത് പല സ്ഥലനാമങ്ങളും അങ്ങനെ പരിഷ്കരിക്കപ്പെട്ടിട്ടുണ്ട്. 'ചെന്നൈ, തെലുങ്കാന, ബംഗ്ലൂരു' എന്നിവ ഉദാഹരണം. ഒരുപാടു പ്രതീക്ഷകളോടെ ബോംബെയിൽ ചെന്നിറങ്ങിയ ഞാൻ ഒരു പുതിയലോകം കാണുകയായിരുന്നു. വലിയ വലിയ കെട്ടിടങ്ങൾ, തിരക്കേറിയ വീഥികൾ, സദാ ചലിച്ചുകൊണ്ടിരിക്കുന്ന ജനസഞ്ചയം, ജോലിക്കുപോകുന്നവർ, ജോലികഴിഞ്ഞു വരുന്നവർ, രാവും പകലും ഒരുപോലെയായിരുന്നു. ഉറങ്ങാത്ത നഗരം. എവിടെയും എപ്പോഴും സജീവം. സമ്പന്നതയുടേയും സമ്പന്നരുടേയും പരിഷ്കൃതജീവിതത്തിനൊപ്പം തന്നെ പാവപ്പെട്ടവരുടെ ചേരിപ്രദേശങ്ങളും നമുക്കവിടെ കണാൻ കഴിയും. ഏതൊരു നഗരത്തിന്റേയും പരിഛേദം അങ്ങനെയൊക്കെയാണ് എന്ന് ഞാൻ മനസ്സിലാക്കുന്നത് വളരെകഴിഞ്ഞാണ്. നാട്ടിൻപുറത്തുനിന്നെത്തിയ എനിക്ക് ആ നഗരം സമ്മാനിച്ചത് ഒരു വിസ്മയലോകം തന്നെയായിരുന്നു. അയ്യപ്പന്റെ അത്ഭുതലോകം എന്നുപറഞ്ഞാലും തെറ്റാണെന്നു തോന്നുന്നില്ല. ബോംബെ എന്നെ അമ്പരപ്പിക്കുകയും ആകർഷിക്കുകയും ചെയ്തപോലെ ആകുലപ്പെടുത്തിയിട്ടുമുണ്ട്.

അന്ന് ബോംബെയിലെ 'കൽവ' എന്ന സ്ഥലത്ത് എന്റെ ഒരു കസിൻ സിസ്റ്റർ താമസിച്ചിരുന്നു. ഞാൻ അവരെ പോയികാണുകയും 'എൻ.എം.എം. മെഷീനറി മാനുഫാക്ചറിങ്' എന്ന കമ്പനിയിൽ ജോലി ചെയ്തിരുന്ന അളിയൻ അദ്ദേഹത്തിന്റെ ഒരു പരിചയക്കാരന് കൈക്കൂലികൊടുത്ത് എനിക്കൊരു ജോലി തരപ്പെടുത്തിതരികയും ചെയ്തു. അവിടെ കുറച്ചുകാലം താമസിച്ചു. പിന്നെ അവിടെനിന്നും ബാണ്ഡൂപ് എന്ന സ്ഥലത്തേക്ക് താമസംമാറി. ബാണ്ഡൂപിലെ ഗാവ്ദേവി റോഡ്, ഗാവ്ദേവി ഹില്ലിലെ ഒരു മെയ്ക്ക് ഷെഡ്റൂമിലായിരുന്നു താമസിച്ചത്. വീടും വീട്ടുകാരേയും നാടും നാട്ടുകാരേയും എല്ലാം പിരിഞ്ഞുപോന്നതിന്റെ ദുഃഖം ക്രമേണ എന്നിൽനിന്നും വിട്ടകലാൻ തുടങ്ങിയിരുന്നു. ആയിടയ്ക്ക് ടൈലറിങ് പഠിക്കാൻ പോയിരുന്ന അനുജൻ ഭാസ്കരനെ ഞാൻ

മുൻകയ്യെടുത്ത് ബോംബെയിലേക്ക് കൊണ്ടുവന്നു. അവിടെ 'വാസു ടൈലറിങ്' എന്നസ്ഥാപനത്തിൽ ജോലി ശരിയാക്കി. ഈ സമയത്ത് ഞാനും ഭാസ്കരനും ചെറിയമ്മയുടെ മകൻ പുരുഷോത്തമനും ഒന്നിച്ചാണ് താമസിച്ചിരുന്നത്.

മദിരാശിയിലേയ്ക്ക് പോയിരുന്ന മൂന്നാമത്തെ ജ്യേഷ്ഠൻ ജോലിയൊന്നുമില്ലാതെ നാട്ടിൽ വന്നിട്ടുണ്ടെന്നറിഞ്ഞു. അപ്പോഴാണ് ബാണ്ഡൂപിൽ ഞങ്ങൾ താമസിക്കുന്നതിന്റെ അടുത്ത് ഒരു ഗ്രോസറിഷോപ്പ് വിൽക്കാനുണ്ടെന്നു കേട്ടത്. ശ്രീധരേട്ടന് ഒരു ജോലിയാകുമല്ലോ എന്ന് കരുതി കടം വാങ്ങിയിട്ടായാലും ആ ഗ്രോസറി ഷോപ്പ് വിലക്കുവാങ്ങി. പ്രവർത്തിച്ചുകൊണ്ടിരിക്കുന്ന സ്ഥാപനമാണെങ്കിലും പലചരക്കുകൾ വാങ്ങുകയും റാക്കുകളും ബോർഡും മറ്റും സ്ഥാപിക്കുകയും ചെയ്തു. ശ്രീധരേട്ടന്റെ മകന്റെ പേരാണ് കടക്ക് നല്കിയത്. മഹേന്ദ്രസ്റ്റോഴ്സ്. ജ്യേഷ്ഠനെ ബോംബെയിൽ വരുത്തി കച്ചവടം ഏല്പിച്ചുകൊടുത്തു. ഞാൻ ഷിഫ്റ്റ്ഡ്യൂട്ടി ചെയ്യും എന്നിട്ട് പകൽ സമയം 'ബൈക്കുള' മാർക്കറ്റിൽ പോയി കടയിലേക്കാവശ്യമായ സാധനങ്ങൾ വാങ്ങും. അങ്ങനെ എല്ലാവരുംചേർന്ന് സഹകരിച്ച് കാര്യങ്ങൾ ഒരുവിധം ഭംഗിയായി മുന്നോട്ട് പൊയ്ക്കൊണ്ടിരുന്നു. പ്രതീക്ഷയുടെ ദിനങ്ങളായിരുന്നു അതൊക്കെ. സ്വന്തമാക്കാൻ കൊതിച്ചിരുന്ന സ്വപ്നങ്ങൾ കൈവരുന്നതു പോലെ.

അച്ഛൻ നാട്ടിൽ എനിക്ക് വിവാഹാലോചനകൾ നടത്തുന്നുണ്ടായിരുന്നു. മുല്ലശ്ശേരി താണവീഥി ചീരോത്ത് പാറന്റെ മകൾ നളിനിയെ അന്വേഷിച്ചിരുന്നു. പെൺകുട്ടിയുടെ അച്ഛനും ബോംബെയിലായിരുന്നു ജോലി. ഒരു ദിവസം തികച്ചും അപ്രതീക്ഷിതമായി അദ്ദേഹം സുഹൃത്ത് അയ്യപ്പൻ എന്നൊരാളും കൂടി പ്രതിശ്രുതവരനായ എന്നെ കാണാൻ വന്നു. അവർ വരുമ്പോൾ ഞാൻ താമസസ്ഥലത്ത് കറിവയ്ക്കാനായി അമ്മിയിൽ മുളക് അരച്ചുകൊണ്ടിരിക്കുകയായിരുന്നു. മുൻകൂട്ടി അറിയിക്കാതെയാണ് അവർ കാണാൻ വന്നത്. ആദ്യം ഒരൽപ്പം ഇച്ഛാഭംഗം എനിക്കുണ്ടായെങ്കിലും പിന്നീടറിഞ്ഞു, അന്നത്തെ ആ രംഗമാണ് എനിക്ക് പാസ്മാർക്ക് നേടിത്തന്നതെന്ന്. തന്റെ മകളെ പോറ്റാൻ ഇവൻ മതിയെന്നും അതിനുള്ള പ്രാപ്തിയുണ്ടെന്നും പ്രഥമദർശനത്തിൽ തന്നെ ആ അച്ഛൻ തീരുമാനിച്ചുവത്രെ. പെൺകുട്ടിയുടെ അമ്മാവന്റെ വീട് മറ്റം എന്ന സ്ഥലത്തായിരുന്നു. അമ്മാവൻ അന്ന് ജന്മിയും നാട്ടു പ്രമാണിയുമായിരുന്നു. അദ്ദേഹത്തിന് ഞങ്ങളുടെ വീട്ടിലേക്ക് വിവാഹം കഴിച്ചുതരുന്നതിന് സമ്മതമില്ലായിരുന്നു. ആ അഭിപ്രായത്തെ അവഗണിച്ചുകൊണ്ടായിരുന്നു കുട്ടിയുടെ അച്ഛന്റെ ഉറച്ചതീരുമാനം. ഇക്കാരണ

ത്താൽ അമ്മാവന്റെ വീട്ടുകാരുമായി തെറ്റുകയും പോക്കു വരവുകൾ ഇല്ലാതാകുകയും ചെയ്തു. ഞാൻ ഇതുവരെ ഭാര്യയുടെ അമ്മാവന്റെ വീട്ടിൽ പോയിട്ടില്ല. ആ വീട് കണ്ടിട്ടില്ല എന്നതാണ് സത്യം, എല്ലാം വിധി.

1967 എന്റെ ജീവിതത്തിൽ ഒരിക്കലും മറക്കാനാവാത്ത ഒരു വർഷമാണ്. ആ കൊല്ലമാണ് എന്റെ വിവാഹം നടക്കുന്നത്. വിവാഹവും വിവാഹാനന്തരജീവിതവും അടുത്ത അദ്ധ്യായത്തിൽ വിശദമായി വിവരിക്കാമെന്ന് ഉദ്ദേശിക്കുന്നു. ഇതേവർഷമാണ് ബോംബെയിൽ ശിവസേന രൂപംകൊള്ളുന്നത്. മണ്ണിന്റെ മക്കൾ വാദവുമായിട്ടാണ് അവർ രംഗത്തെത്തുന്നത്. അവരുടെ അന്നത്തെ പ്രധാനലക്ഷ്യം ആഭ്യന്തരമന്ത്രിയായിരുന്ന ശ്രീ വി.കെ. കൃഷ്ണമേനോനെ തിരഞ്ഞെടുപ്പിൽ തോൽപ്പിക്കുക എന്നതായിരുന്നു. അതിനായി തെക്കെ ഇന്ത്യക്കാരെ ഒന്നാകെ ബോംബെയിൽ നിന്നും തുരത്തുക. ഈയൊരു ഉദ്ദേശ്യത്തോടെ തദ്ദേശീയരല്ലാത്തവരുടെ സ്ഥാപനങ്ങളും സംരംഭങ്ങളും നശിപ്പിക്കുക. അതിന്റെ ഭാഗമായി ഞങ്ങൾ നടത്തിവന്നിരുന്ന കട ആക്രമിക്കുകയും തല്ലിപ്പൊളിച്ച് നശിപ്പിക്കുകയും ചെയ്തു. ഇതുകൊണ്ടുണ്ടായ നഷ്ടം ജീവിതത്തിനേൽപ്പിച്ച പ്രഹരവും അതിന്റെ ആഘാതവും വിവരിക്കാനാവാത്തതാണ്. ജീവിതത്തിലെ ഒരു ദുഃസ്വപ്നമായി, കറുത്തപാടായി അത് ഓർമ്മയിൽ ഇന്നും അവശേഷിക്കുന്നു, നിലാവിലെ നിഴൽപോലെ.

മധുരവുമായ് വന്ന
പെൺകുട്ടി

പണ്ട് നാട്ടിൻപുറത്തൊക്കെ സദ്യകഴിഞ്ഞാൽ ബാക്കിയാവുന്ന വിഭവങ്ങൾ അയൽവീടുകളിൽ പങ്കുവെച്ച് പകർന്നുകൊടുക്കുന്ന ഒരു പതിവുണ്ടായിരുന്നു. തെളിഞ്ഞ സൗഹൃദത്തിന്റെ നിറഞ്ഞ നന്മയുടെ മാഞ്ഞുപോകാത്ത അടയാളങ്ങളാണവ. തൊട്ടടുത്ത വീട്ടിൽ വിവാഹം കഴിഞ്ഞ അന്ന് സന്ധ്യയ്ക്ക് ഞങ്ങളുടെ വീട്ടിൽ വിഭവങ്ങളുമായി കടന്നുവന്ന രണ്ടുപേരിൽ പായസം കൊണ്ടുവന്ന പാവാടക്കാരിയെ എന്റെ ജ്യേഷ്ഠത്തിമാർക്ക് എന്തോ വല്ലാതെ ഇഷ്ടമായി. നമ്മുടെ അയ്യപ്പന് ഈ കുട്ടിയെ ആലോചിച്ചാലോ എന്ന് അവരാണ് അച്ഛനോടും അമ്മയോടും നിർദ്ദേശിച്ചത്. പെൺകുട്ടി അവളുടെ ചെറിയമ്മയുടെ വീട്ടിൽ വിവാഹത്തിൽ പങ്കുകൊള്ളാൻ വന്നതാണ്. അന്ന് വീട്ടിൽ മധുരം തരാൻ വന്ന ആ പെൺകുട്ടി - ചീരോത്ത് പാറന്റെ മകൾ നളിനി - പിൽക്കാലത്ത് എന്റെ ജീവിതത്തിനു തന്നെ മധുരം പകർന്നു.

1967 ജനുവരി 29നായിരുന്നു ഞങ്ങളുടെ വിവാഹം. വളരെ ലളിതമായ രീതിയിൽ കൊട്ടുംകുരവയും മറ്റ് ആർഭാടങ്ങളൊന്നുമില്ലായിരുന്നു. എന്നാൽ തെങ്ങിൽ കെട്ടുന്ന ഉച്ചഭാഷിണി (കോളാമ്പി) സെറ്റുണ്ടായിരുന്നു. എത്ര ലളിതമാണെങ്കിലും വിവാഹത്തിന് ഈ ഗ്രാമഫോൺ നാട്ടുകാരുടേയും സുഹൃത്തുക്കളുടേയും ആവശ്യമായി വരും. അത് ഒഴിവാക്കാനുമാവില്ല. കാരണം തലേന്നന്നാൾ വൈകുന്നേരത്തും രാത്രിയിലുമുള്ള പന്തലൊരുക്കലും സദ്യവട്ടങ്ങളൊരുക്കലും എല്ലാം നാട്ടുകാരും സുഹൃത്തുക്കളും ചേർന്നാണ് ചെയ്യുക. അതൊന്നും പണം വാങ്ങിയിട്ടുമല്ല. എല്ലാം ഒരു കൂട്ടായ്മയാണ്. രാത്രിയിൽ ഉറക്കമൊഴിച്ച് ഈ ജോലികൾ ചെയ്യുമ്പോൾ ഗ്രാമഫോണിൽ നിന്ന് വരുന്ന ഇഷ്ടഗാനങ്ങൾ ഇവരുടെ ജോലി ആയാസരഹിതമാക്കും. അക്കാലത്ത് സിനിമാപാട്ട് കേൾക്കുവാൻ റേഡിയോ മാത്രമാണ് വഴി. റേഡിയോ നാട്ടിൽ വാങ്ങാൻ കിട്ടില്ല. ആരെങ്കിലും മലേഷ്യയിൽ നിന്നോ മറ്റോ വരുമ്പോൾ കൊണ്ടുവരണം. അങ്ങിനെ കിട്ടിയാലും ഉപയോഗിക്കാൻ ആൾ ഇന്ത്യാ റേഡിയോ

മധുരവുമായ് വന്ന പെൺകുട്ടി

അധികാരികളിൽ നിന്ന് ലൈസൻസ് നേടണം. ഇതൊന്നും സാധാരണക്കാർക്ക് കഴിയുന്ന കാര്യവുമല്ല. സിനിമാകൊട്ടകയിൽ നിന്ന് സിനിമ കണ്ട് കഴിഞ്ഞാൽ പുറത്ത് അതേ സിനിമയിലെ പാട്ടുകൾ എഴുതിയ ചെറിയപുസ്തകം വാങ്ങാൻ കിട്ടുമായിരുന്നു. സംഗീത പ്രേമികൾ ആ പുസ്തകം വാങ്ങി അവരവർക്ക് തോന്നുംപോലെ അത് പാടിനടക്കുമായിരുന്നു. പിന്നെ സിനിമാപാട്ട് കേൾക്കാൻ കഴിയുന്ന ഏക സ്ഥലം കല്യാണവീടാണ്. അത് വന്നാൽ നാട്ടുകാർക്ക് കല്യാണം അക്ഷരാർത്ഥത്തിൽ ആഘോഷമായിമാറും. എന്റെ വിവാഹത്തലേന്ന് ഏകദേശം അഞ്ചുമണിയോടെയാണ് ഈ ഉച്ചഭാഷിണി കൊണ്ടുവന്ന് രണ്ടു ദിശകളിലേയ്ക്കായി തെങ്ങുകളിൽ കെട്ടിവെച്ചത്. അത് ഓപ്പറേറ്റ് ചെയ്യുന്ന വിദ്വാനെ എല്ലാവർക്കും ബഹുമാനമാണ്. അയാൾ ഗ്രാമഫോൺ പെട്ടി തുറന്ന് പ്ലേറ്റെടുത്ത് കൃത്യമായി വെച്ച ശേഷം പ്ലേറ്റിനെ കറക്കുന്ന സ്പ്രിംഗ് വൈന്റ് ചെയ്തു. പിന്നീട് കറങ്ങുന്ന പ്ലേറ്റിലേക്ക് സൂചിയെ സൂക്ഷിച്ച് കൃത്യമായി വെച്ചു. “മണ്ണേറിഞ്ഞാൽ പൊന്നുവിളയും മലയാളക്കരയിൽ..... കല്യാണക്കിളി കാരോലക്കിളി തിരുവോണത്തിന് വന്നാട്ടെ....” തറവാട്ടമ്മ എന്ന സിനിമയിലെ ഈ ഗാനം പുറത്തുവന്നപ്പോൾ കല്യാ

ണവീട്ടിലെ കുട്ടികളിൽനിന്നും യുവാക്കളിൽ നിന്നും ആഹ്ലാദത്തിന്റെ ആരവം പൊങ്ങി. എന്നാൽ ഒരു കല്യാണക്കിളിയെ ആഘോഷത്തോടെ സ്വീകരിക്കുന്ന ആ പാട്ടിലൊന്നും എനിക്ക് ശ്രദ്ധിക്കാൻ കഴിഞ്ഞില്ല. വിവാഹം ആഡംബരമാക്കാനും ആഘോഷമാക്കാനും ആഗ്രഹമില്ലാഞ്ഞിട്ടല്ല. സാമ്പത്തിക പരാധീനത തന്നെകാരണം. കടം വാങ്ങിയിട്ടാണ് കല്യാണച്ചിലവുകളൊക്കെ നടത്തിയിരുന്നത്. അതുകൊണ്ടുതന്നെ സ്ത്രീധനമായി ലഭിച്ച രണ്ടായിരത്തി അഞ്ഞൂറുരൂപകൊണ്ട് കടങ്ങൾ തീർത്തു. അങ്ങനെ ആർക്കോ എന്തിനോ എന്നപോലെ ഒരു വിവാഹം നടന്നു എന്നുമാത്രം.

നളിനി വളരെ തന്റേടമുള്ള കുട്ടിയായിരുന്നു. ജീവിതത്തെക്കുറിച്ച് ഒന്നും അറിയില്ല. വീട്ടിൽ ജ്യേഷ്ഠത്തിമാരുമായി അവൾ വളരെ പെട്ടന്ന് തന്നെ പരിചയത്തിലാവുകയും പൊരുത്തപ്പെടുകയും ചെയ്തു. അപരിചിതത്വം അപ്രത്യക്ഷമായതോടെ ജ്യേഷ്ഠത്തിമാരോടൊത്ത് മുളകരയ്ക്കാനും വെള്ളംകോരാനും കുളത്തിൽപോയി തുണികഴുകാനും ഒക്കെ സന്തോഷപൂർവ്വം മുൻകയ്യെടുക്കുമായിരുന്നു. പക്ഷെ അടുക്കളയിൽ പാചകം ചെയ്യാൻ അറിയില്ലായിരുന്നു. ചുരുക്കത്തിൽ ഒരു ചായയുണ്ടാക്കി തരാൻപോലും കഴിഞ്ഞിരുന്നില്ല.

നളിനിയുടെ വീട്ടിൽ അവർ അന്ന് നല്ല പ്രതാപത്തിലാണ് കഴിഞ്ഞിരുന്നത്. അത്യാവശ്യത്തിന് നെൽകൃഷിയും അഞ്ചേക്കർ വരുന്ന തെങ്ങിൻപറമ്പും അതിൽ ഒരു കുടികിടപ്പുകാരനും ഉണ്ടായിരുന്നു. നളിനി ചെറുപ്പം മുതലേ ദയാവായ്പും ദാനശീലവും ഉള്ള കുട്ടിയായിരുന്നുവത്രെ. അമ്മ അറിയാതെ പലപ്പോഴും അരിയും സാധനങ്ങളുമൊക്കെ പറമ്പിൽ താമസിച്ചിരുന്ന കുടികിടപ്പുകാർക്ക് കൊണ്ടുകൊടുക്കുമായിരുന്നു. മറ്റുള്ളവരുടെ വിഷമങ്ങൾ കണ്ടുനിൽക്കാൻ ആ കുഞ്ഞുമനസ്സിന് കഴിഞ്ഞിരുന്നില്ല. ഇന്നും ആ മനോഭാവത്തിന് തരിമ്പും മാറ്റം വന്നിട്ടില്ല. അച്ഛനും അമ്മയും രണ്ടു സഹോദരന്മാരും രണ്ടു സഹോദരിമാരുമാണ് അവിടെ ഉണ്ടായിരുന്നത്. മൂത്ത മകളാണ് നളിനി. സുരേന്ദ്രനും സോമനുമാണ് സഹോദരന്മാർ. ലളിതയും പ്രസന്നയും സഹോദരിമാരും. നളിനിയുടെ അച്ഛൻ അന്ന് ബോംബെയിലായിരുന്നു. നാട്ടിൽ അമ്മയും മക്കളും അമ്മാവന്റെ മേൽനോട്ടത്തിലാണ് കഴിഞ്ഞിരുന്നത്. അവരുടെ പറമ്പിന് താഴെ കോൾപ്പാടവും കൃഷിയുമുണ്ടായിരുന്നു. ഞങ്ങളുടെ വിവാഹസമയത്ത് ഈ സഹോദരങ്ങളെല്ലാം സ്കൂളിൽ പഠിക്കുകയായിരുന്നു. ഇന്ന് അവരെല്ലാം കുടുംബസ്ഥരാണ്. വിവാഹത്തിന് മുമ്പ് വീടുകാണാൻ വന്നവർ എന്റെ വീടിന്റെ സ്ഥിതികണ്ട് വിഷമിച്ചുപോയത്രേ.

ഞങ്ങളുടെ പുരയിടത്തിൽ ഒരു തെങ്ങ് മാത്രമാണുണ്ടായിരുന്നത്. കറി ക്കരയ്ക്കാൻ പോലും നാളികേരമില്ലെന്ന് അവർ ചിന്തിച്ചാൽ കുറ്റംപറ യാനില്ല. പിന്നീട് ആലോചിച്ചപ്പോൾ തെറ്റായിപ്പോയെന്നും വിവാഹം ചെ യ്യേണ്ട സമയമായിരുന്നില്ല എന്നും എനിക്ക് തോന്നിയിട്ടുണ്ട്.

വിവാഹം കഴിഞ്ഞ ഉടനെയായിരുന്നു ചീരംകുളങ്ങര പൂരം. വധൂവ രന്മാരുടെ ആദ്യത്തെ ഉത്സവം. ഞാനാണെങ്കിൽ കയ്യിൽ കാശില്ലാതെ വിഷമിക്കുകയായിരുന്നു. ഒടുവിൽ പാലിയത്ത് ബാലൻനായരുടെ അടു ത്തുപോയി കാര്യംപറഞ്ഞ് അമ്പതുരൂപ കടം വാങ്ങിയിട്ടാണ് പൂരത്തി നുപോയത്. അന്ന് ആ അമ്പതുരൂപ തന്ന് സഹായിക്കാൻ അദ്ദേഹം കാണിച്ച സന്നദ്ധതയും സഹകരണവും ഞാനിന്നും മറന്നിട്ടില്ല, മറക്കാ നാവില്ല. ജീവിതത്തിലെ പ്രതിസന്ധികളിൽ ലഭിക്കുന്ന ഏതൊരു സ ഹായവും തീർത്താൽ തീരാവുന്നതല്ല.

വിവാഹവും വിരുന്നുയാത്രയും കഴിഞ്ഞ് ഞങ്ങൾ ബോംബെയ്ക്ക് തിരിച്ചു. പോകുമ്പോൾ അച്ഛനേയും കൂടെകൂട്ടി. ബോംബെ നഗരം അ ച്ഛനെ ഒന്നു കാണിക്കാമെന്നു കരുതി. ഞങ്ങളുടെ കടയുടെ പിന്നിലാ യി ഒരു ചെറിയ മുറി. അതിന്റെ മേലെ പലക അടിച്ചുണ്ടാക്കിയ മുകൾ ത്തട്ട്. അനിയൻ ഭാസ്കരനും കടയിൽ നിൽക്കുന്ന പയ്യൻ സുരേന്ദ്രനും അവിടെയാണ് കിടക്കുന്നത്. താഴെയുള്ള ഇടുങ്ങിയ മുറിയിൽ ആണ് ഞങ്ങളുടെ ദാമ്പത്യജീവിതം ആരംഭിച്ചത്. കുടുംബത്തിനും മറ്റുള്ളവർ ക്കും വേണ്ടി സ്വന്തം സുഖസൗകര്യങ്ങൾ ഞങ്ങൾ മാറ്റിവെച്ചു.

ബോംബെയിലെ കലാപത്തിനുശേഷം പിന്നീടങ്ങോട്ട് കടയിൽ കച്ച വടം ഗണ്യമായി കുറഞ്ഞു. മുടക്കാൻ പണമില്ലാത്തതുകൊണ്ട് സ്ഥിതി ഗതികൾ ദയനീയമായി തുടർന്നു. കടയിൽ വരുമാനം കുറഞ്ഞതോടെ ശ്രീധരേട്ടൻ നാട്ടിലേക്ക് തിരിച്ചുപോയി. ജീവിതത്തിൽ ദിശാബോധം ന ഷ്ടപ്പെട്ട നാളുകളായിരുന്നു അത്. നടുക്കടലിലകപ്പെട്ട നാവികനെപ്പോ ലെയായിരുന്നു അപ്പോൾ എന്റെ മനസ്സ്.

ഇതിനിടയിൽ നളിനി ഗർഭിണിയായി. വരാൻ പോകുന്ന അതിഥി ഞങ്ങൾക്കൊരു സാന്ത്വനമായെങ്കിലും നിർഭാഗ്യവശാൽ അത് അബോർ ഷനായി. ആ സമയത്ത് അച്ഛന്റെ സാന്നിദ്ധ്യം മാത്രമാണുണ്ടായിരുന്ന ത്. നളിനിയുടെ അച്ഛനും അന്ന് ബോംബെയിലുണ്ടായിരുന്നു. അദ്ദേ ഹംവന്ന് നളിനിയെ അവരുടെ ഒരു വല്യച്ഛനും വല്യമ്മയും താമസിക്കു ന്ന റെയിൽവേ ക്വാർട്ടേഴ്സിലേക്ക് കൂട്ടികൊണ്ടുപോയി. കുറച്ചുനാളത്തെ ശാരീരികവിശ്രമം ആവശ്യമായിരുന്നു. ആരോഗ്യസ്ഥിതി വീണ്ടെടുത്ത ശേഷം നളിനിയെ വീട്ടിലേക്ക് കൊണ്ടുവന്നു. പിന്നെ ഇൻസ്റ്റിറ്റ്യൂട്ടിൽ

ചേർന്ന് ടൈപ്പ് റൈറ്റിംഗ് പഠിക്കുന്നതിനായി പോകാൻ തുടങ്ങി.

കടയിൽ കച്ചവടം തീരെകുറവായി. പണം പലിശക്കെടുത്ത് കച്ചവടം ചെയ്യേണ്ട ഒരവസ്ഥയായി. കിട്ടാവുന്നിടത്തുനിന്നെല്ലാം കടം വാങ്ങിയും പലിശകൊടുത്തും ബിസിനസ് ചെയ്യുന്നതിനിടയിൽ നളിനിയുടെ വളയും മാലയും മാത്രമല്ല താലിച്ചെയിൻ അടക്കം പണയത്തിലായി. എന്റെ വിഷമസ്ഥിതി കണ്ട് ആത്മസുഹൃത്തായ ശ്രീ. സി.എം. നായർ തന്റെ കൈയിൽ കിടന്നിരുന്ന റോളക്സ് വാച്ച് ഊരിത്തന്ന് എന്നെ സഹായിച്ചത് ഇവിടെ ഓർമ്മിക്കട്ടെ. അദ്ദേഹമിന്ന് നമ്മോടൊപ്പമില്ല. ആ മഹാമനസ്കതയ്ക്ക് മുന്നിൽ ശിരസ്സ് നമിക്കട്ടെ. അവസാനം ഒരു ഗത്യന്തരമില്ലാതായപ്പോൾ കടയും സാധനസാമഗ്രികളുമടക്കം കടത്തിലേക്ക് കൊടുക്കേണ്ടിവന്നു. അങ്ങനെ എല്ലാം നഷ്ടപ്പെട്ട് ഞങ്ങൾ ബോംബെ എന്ന മഹാനഗരത്തിൽ നിരാലംബരും നിരാശ്രയരുമായി.

ദൈവം പരമകാരുണികനാണ്. എല്ലാവഴികളും കൊട്ടിയടയ്ക്കു മ്പോൾ പുതിയൊരു വഴി തുറന്നുതരും എന്ന് കേട്ടിട്ടുണ്ട്. ഞങ്ങളുടെ ജീവിതത്തിലും അതുതന്നെ സംഭവിച്ചു. അങ്ങിനെയാണ് എന്റെ ഗുജറാത്തി സ്നേഹിതൻ സത്താർ രംഗത്തുവരുന്നത്. സ്വന്തമായി ചാൽറൂമുകൾ (ഇഷ്ടികകൾകൊണ്ട് ചുമരും ആസ്ബറ്റോസ് ഷീറ്റു ഉപയോഗിച്ച് മേൽപുരയും ഉള്ള മുറികൾ) ഉണ്ടാക്കി വാടകയ്ക്ക് കൊടുക്കന്നയാളായിരുന്നു സത്താർ. ഞങ്ങളുടെ നിസ്സഹായതയിൽ അലിവുതോന്നിയ സത്താർ ഒരു മുറി ഞങ്ങൾക്കായി വാടകയില്ലാതെ തരപ്പെടുത്തിതന്നു. സഹാനുഭൂതിയുടേയും സഹജീവിസ്നേഹത്തിന്റേയും സമൂർത്തരൂപമായിരുന്നു സത്താർ എന്ന് ഞാൻ തിരിച്ചറിയുന്നു. ജാതിമതവർഗ്ഗവർണ്ണ വ്യത്യാസങ്ങൾക്കുമപ്പുറത്ത് മാനവികതയുടെ ചില പച്ചത്തുരുത്തുകളുണ്ടെന്ന യാഥാർത്ഥ്യവും ഞാൻ മനസ്സിലാക്കുന്നു. സത്താറിന്റെ ഔദാര്യത്തിൽ ഞങ്ങൾക്കു തന്ന ഒറ്റമുറിയിൽ ഞാനും പൂർണ്ണഗർഭിണിയായ നളിനിയും ജീവിതം തുടർന്നു. തുണയായി നളിനിയുടെ അച്ഛനും ഉണ്ടായിരുന്നു. 1968 സെപ്തംബർ (ചിങ്ങം) മാസം തിരുവോണനാളിൽ നളിനി ഞങ്ങളുടെ മൂത്ത മകന് ജന്മം നൽകി. തിരുവോണ നാളിൽ ഞങ്ങളെല്ലാം ആസ്പത്രിയിൽ ആയിരുന്നു. ആസ്പത്രിയിൽ നിന്ന് വന്നശേഷം മറ്റൊരു ദിവസമായിരുന്നു ഞങ്ങൾ ഓണമാഘോഷിച്ചത്. അന്ന് ഒരമ്മയുടെ സ്ഥാനത്തു നിന്ന് കുഞ്ഞിനെ കുളിപ്പിക്കുകയും മറ്റും ചെയ്തിരുന്നത്. നളിനിയുടെ അച്ഛനായിരുന്നു.

കച്ചവടത്തിന്റെ ആവശ്യത്തിനായി അച്ഛൻ പാലിയത്ത് ബാലൻനായരുടെ കയ്യിൽ നിന്നും രണ്ടായിരത്തി അഞ്ഞൂറുരൂപ കടംവാങ്ങി അയ

ച്ചുതന്നിരുന്നു. പറഞ്ഞ തിയ്യതിക്ക് തിരിച്ച് കൊടുക്കാൻ കഴിയാതെ വന്നപ്പോൾ അദ്ദേഹം അച്ഛനെ നിരന്തരം ശല്യം ചെയ്തുകൊണ്ടിരുന്നു. തിരിച്ചുകൊടുക്കാൻ മറ്റുമാർഗ്ഗങ്ങളില്ലാതെ വന്നപ്പോൾ കമ്പനിയിൽ നിന്നും ഞാനെന്റെ ജോലി റിസൈൻ ചെയ്തു. അവിടെ നിന്നും പ്രൊവിഡന്റ് ഫണ്ട് വാങ്ങി നാട്ടിലെ ബാദ്ധ്യത അവസാനിപ്പിച്ചു അച്ഛനെ സ്വതന്ത്രനാക്കി. അച്ഛനുണ്ടായ മാനസികക്ലേശങ്ങൾക്ക് ഞാൻ മനസാ മാപ്പുപറഞ്ഞു.

പിന്നീട് ജോലി അന്വേഷിച്ചു നടക്കലായി. 'ബൈക്കുള'യിൽ ഒരു ഗുജറാത്തിയുടെ കമ്പനിയിൽ അക്കൗണ്ട്സ്/ ടൈപ്പിംഗ് ചെയ്ത് കുറച്ചു നാൾ കഴിച്ചുകൂട്ടി.

ഇതിനിടക്ക് 1971ൽ എന്റെ ജ്യേഷ്ഠൻ ശ്രീധരനും അനുജൻ ഭാസ്കരനും പത്തേമാരിയിൽ ദുബായിലേക്ക് പോയിരുന്നു. ജ്യേഷ്ഠൻ ഒരു ഹോട്ടലിൽ ജോലി ചെയ്തുവരികയായിരുന്നു. അനുജന് തയ്യൽക്കടയിൽ ടൈലർ ആയി ജോലി കിട്ടി. ചെറിയമ്മയുടെ മകൻ പുരുഷോത്തമനും ദുബായിൽ ആയിരുന്നു. ഇന്റർ നാഷ്ണൽ ഫാർമസ്യൂട്ടിക്കൽ എന്ന സ്ഥാപനത്തിൽ സെയിൽസ്മാനായി ജോലി ചെയ്തിരുന്നു.

ഘാട്ട് കോപ്പറിൽ താമസിക്കുമ്പോഴാണ് നളിനിയുടെ അനിയത്തിയുടെ ഹാർട്ടിന്റെ വാൽവിന് ഓപ്പറേഷൻ ചെയ്യാനായി ബോംബെയിൽ കൊണ്ടുവന്നത്. ഓപ്പറേഷൻ കഴിഞ്ഞ് ഞങ്ങളുടെ കൂടെ കുറച്ചുനാൾ താമസിച്ചു. ആയിടക്ക് നളിനിക്ക് ഒരു ഗുജറാത്തിയുടെ ഓഫീസിൽ ടൈപ്പിസ്റ്റ് ആയി ജോലികിട്ടി. ശമ്പളം എഴുപത്തിയഞ്ചുരൂപ. എന്റെ ശമ്പളം നൂറ്റിഅമ്പതുരൂപ. ഇതിൽ നിന്നും പരമാവധി ചിലവുകൾ ചുരുക്കി മാസംതോറും അമ്പതുരൂപ അച്ഛന് അയച്ചുകൊടുക്കുമായിരുന്നു. പിന്നീട് 'കമാനി ബ്രദേഴ്സ്' എന്ന കമ്പനിയുടെ ഓഫീസിൽ നളിനിക്ക് താൽക്കാലിക ഒഴിവിൽ മുന്നൂറ്റമ്പതു രൂപ ശമ്പളത്തിൽ ജോലി ലഭിച്ചു.

1972ൽ ഘാട്ട്കോപ്പറിൽ ഉള്ളപ്പോൾ തന്നെയാണ് 'അച്ഛന് സുഖമില്ല ഉടനെവരണം' എന്നുകാണിച്ച് കമ്പി വരുന്നത്. വിവരം അറിഞ്ഞയുടനെ ലീവെടുത്ത് ഞാനും നളിനിയും മോനും നാട്ടിലേക്ക് പോവാനുള്ള തയ്യാറെടുപ്പിലായി. റെയിൽവേസ്റ്റേഷനിലേക്ക് പുറപ്പെടുന്നതിന്മുമ്പ് രണ്ടാമത്തെ കമ്പി കിട്ടി. അച്ഛൻ ഞങ്ങളെ വിട്ടുപോയി. തീവണ്ടിയിലുള്ള യാത്ര. നാട്ടിൽ മൂന്നാംദിവസം എത്തുമ്പോഴേയ്ക്കും അച്ഛന്റെ ശവസംസ്കാരമൊക്കെ കഴിഞ്ഞിരുന്നു. ഇന്നത്തെ സൗകര്യങ്ങളൊന്നും തന്നെ ഇല്ലാത്ത ഒരു കാലഘട്ടമായിരുന്നു അത്. അങ്ങനെ ഞങ്ങളുടെ പ്രിയപ്പെട്ട അച്ഛൻ എന്നെന്നേയ്ക്കുമായി ഞങ്ങൾക്കു നഷ്ടമായി. കാ

ഒരു കാലഘട്ടത്തിന്റെ മധുരസ്മൃതികൾ... ഗ്രാമഫോൺ, തെങ്ങിൽ കെട്ടുന്ന കോളാമ്പി, ഉച്ചഭാഷിണിയിൽ നിന്ന് വരുന്ന ഇഷ്ടഗാനങ്ങൾ

ലം എല്ലാമുറിവുകളേയും ഉണക്കും എന്നൊരു ചൊല്ലുണ്ട്. എന്നാൽ ആ വേർപാടേൽപ്പിച്ച മനസ്സിലെ മുറിവ് കാലത്തിന് പോലും മായ്ച്ചുകളയാനാവാത്തതാണ്. കാരണം അച്ഛന് വേണ്ടതെല്ലാം ചെയ്തുകൊടുത്ത് സന്തോഷത്തോടെ നോക്കണം എന്ന ഒരു ആഗ്രഹം മാത്രമാണ് എനിക്ക് ചെറുപ്പംമുതൽ ഉണ്ടായിരുന്നത്. എന്തോ ഈശ്വരൻ അതിന് എന്നെ അനുവദിച്ചില്ല. ആ ദുഃഖം ഇന്നും എന്റെ ഹൃദയത്തിലിരുന്ന് വിങ്ങുന്നു.

അച്ഛന് പെട്ടെന്ന് സ്ട്രോക്ക് വന്നതായിരുന്നു. ചായപ്പീടികയിൽ ചായകുടിച്ചുകൊണ്ടിരിക്കുമ്പോൾ കയ്യിൽ നിന്നും ചായഗ്ലാസ് താഴെ വീണുപോകുകയും ശരീരം തളർന്നു വീഴാൻ തുടങ്ങുന്നത് കണ്ട് കൂടെയുണ്ടായിരുന്നവർ താങ്ങിയെടുത്ത് വീട്ടിലെത്തിക്കുകയായിരുന്നു. ഉടനെതന്നെ വണ്ടിവിളിച്ച് ചൂണ്ടൽ ആശുപത്രിയിലേക്ക് കൊണ്ടുപോയി. കൊണ്ടുപോകുമ്പോൾ അച്ഛന് നല്ല ഓർമ്മയുണ്ടായിരുന്നു എന്നു പറയുന്നു. ശ്രീധരേട്ടൻ ആദ്യമായി ദുബായിൽനിന്നും അയച്ച രൂപ അച്ഛനെ ആശുപത്രിയിൽ കൊണ്ടുപോകുമ്പോൾ കിട്ടിയിരുന്നു. പൈസ സൂക്ഷിച്ചുവെക്കാൻ അച്ഛൻ പറഞ്ഞിരുന്നുവത്രെ. ആ പൈസ വാങ്ങി ചിലവു ചെയ്യുന്നതിനുള്ള ഭാഗ്യം അച്ഛന് ദൈവം കൊടുത്തില്ല.

മരിക്കുന്ന സമയം മക്കൾ രണ്ടുപേർ ദുബായിൽ. ഞാൻ ബോംബെയിൽ. ഏറ്റവും മൂത്ത രാഘവേട്ടൻ ആന്ധ്രയിൽ. രണ്ടാമനായ ശേഖരേട്ടൻ കപ്പലിൽ ലണ്ടനിലോ മറ്റോ ആയിരുന്നു. അച്ഛന്റെ മരണവാർത്ത പുള്ളി അറിയുന്നതുതന്നെ മൂന്നുമാസങ്ങൾക്ക് ശേഷമായിരുന്നു. ഏറ്റവും ഇളയ മക്കളായ വിശ്വഭരനും സുകുമാരനും മാത്രമായിരുന്നു മരിക്കുന്ന സമയം അരികിൽ ഉണ്ടായിരുന്നത്. ഞങ്ങൾ ഏഴ് ആൺമക്കളേയും ഒരേയൊരു മകളേയും അമ്മയെ ഏല്പിച്ച് അതുവരെ നേരിട്ട ജീവിതപ്രാരാബ്ധങ്ങളിൽ നിന്നും യാതനകളിൽ നിന്നും മുക്തിനേടി ജീവിക്കുന്നതിനു മുമ്പ് അച്ഛൻ വിടപറഞ്ഞു.

1973ൽ ഞങ്ങളുടെ മകൻ അനൂപിന് നാല് വയസ്സ് പ്രായമായപ്പോൾ ഭാണ്ഡൂപ്പിലെ വിദ്യാവിഹാർ എന്ന ഇംഗ്ലീഷ്മീഡിയം സ്കൂളിൽ ചേർത്തു. ഞങ്ങൾ അന്ന് കാഞ്ചൂർമാർഗ് എന്ന സ്ഥലത്താണ് താമസിച്ചിരുന്നത്. താമസസ്ഥലത്തുനിന്നും കാഞ്ചൂർമാർഗ് സ്റ്റേഷനിലെത്താൻ രണ്ടുകിലോമീറ്റർ നടക്കണമായിരുന്നു. വളരെ ദുർഘടം പിടിച്ച ഒരു കാലഘട്ടം തന്നെയായിരുന്നു അത്.

അതിനിടയിലാണ് ദുബായിലേക്ക് പോകാനുള്ള ചിന്തയുണ്ടായത്. അന്ന് പത്തേമ്മാരിയിൽ പോയി ദുബായിൽ എത്തിപ്പെട്ടിയിരുന്ന എന്റെ

ജ്യേഷ്ഠൻ ശ്രീധരനും അനുജൻ ഭാസ്കരനും ചേർന്ന് ചെറിയമ്മയുടെ മകൻ പുരുഷോത്തമനോട് പറഞ്ഞ് എനിക്ക് ഒരു വിസ തരപ്പെടുത്തുകയാണുണ്ടായത്. അന്ന് ആ വിസക്ക് ആയിരത്തിനാനൂറ് രൂപയായിരുന്നു ചിലവ്. ഫ്രീ വിസ എന്നുപറയും. അതായത് ജോലി നമ്മൾ അവിടെ ചെന്നതിനുശേഷം അന്വേഷിച്ചു കണ്ടെത്തണം. എന്തായാലും മകന്റെ ടി.സി. വാങ്ങി ഞങ്ങൾ ബോംബെ നഗരം ഉപേക്ഷിച്ച് നാട്ടിലേക്ക് പോകാൻ തീരുമാനിച്ചു. 1962 മുതൽ 1974വരെയുള്ള 12 വർഷം ഒട്ടേറെ നരകയാതനകൾ അനുഭവിച്ചുതന്നെയാണ് ഞാനും നളിനിയും ബോംബെയിൽ ജീവിച്ചത്.

എന്റെ ചിന്തകൾ പലപ്പോഴും വഴിവിട്ടുപോയിട്ടുണ്ട്. ജീവിതം തന്നെ അവസാനിപ്പിക്കാൻ തോന്നിയിട്ടുള്ള നിമിഷങ്ങൾ. അപ്പോഴൊക്കെ നളിനി ഇടപെട്ട് തടയുകയും സമാധാനിപ്പിക്കുകയും ചെയ്തിട്ടുണ്ട്. മാനസിക സംഘർഷങ്ങളെ മറികടക്കാൻ ചീട്ടുകളിയെ ആശ്രയിച്ചി ട്ടുണ്ട്. രണ്ടും മൂന്നും ദിവസമൊക്കെ വീട്ടിൽ വരാതെ കളിയിൽ വ്യാപൃതനായിട്ടുണ്ട്. എത്രമാത്രം വലിയ ക്രൂരതയാണ് ഭാര്യയോടും മകനോടും ഞാൻ ചെയ്തിരുന്നതെന്ന് ഓർത്ത് ഇപ്പോൾ ലജ്ജിക്കുന്നു, മനസ്സ് വേദനിക്കുന്നു. അന്നത്തെ ജീവിതസാഹചര്യങ്ങൾ എന്നെക്കൊണ്ടത് ചെയ്യിക്കുകയായിരുന്നു. ആ തിക്താനുഭവങ്ങളും ഓർമ്മകളുമൊക്കെ ബോംബെയിൽ ഉപേക്ഷിച്ച് ഞങ്ങൾ നാട്ടിലേക്ക് വണ്ടികയറി. സലാം ബോംബെ!

പന്തീരാണ്ടുകാലത്തെ ബോംബെയിലെ പ്രയത്നംകൊണ്ട് ഒന്നും നേടാനായില്ല. എല്ലാം നഷ്ടപ്പെട്ടിട്ടാണ് നാട്ടിലെത്തിയത്. കയ്യിൽ മിച്ചമുണ്ടായിരുന്ന കുറച്ച് കാശ് വീടിന് ചില സൗകര്യങ്ങൾ കൂട്ടുവാനായി ചെലവാക്കി. അധികം താമസിയാതെ വിസ കയ്യിൽ കിട്ടി. അപ്പോഴാകട്ടെ യാത്ര പോകാനാവശ്യമായ കാശില്ലാത്ത വിഷമം. അന്ന് നളിനിയുടെ സഹോദരൻ സുരേന്ദ്രന് മർച്ചന്റ് ഷിപ്പിൽ ജോലിയുണ്ടായിരുന്നു. അദ്ദേഹമാണ് ടിക്കറ്റിനുള്ള പൈസ അയച്ചുതന്ന് സഹായിച്ചത്. നളിനിയേയും അഞ്ചുവയസ്സുള്ള മകൻ അനൂപിനേയും ശേഖരേട്ടന്റെ വീട്ടിൽ നിർത്തിയിട്ടാണ് ഞാൻ ദുബായിലേക്ക് പോകുന്നത്. അനൂപിനെ കുന്നംകുളത്തെ ബഥനി ഇംഗ്ലീഷ് മീഡിയം സ്കൂളിൽ ചേർത്തിരുന്നു. സ്കൂളിൽ പോകുന്നതിനുള്ള സൗകര്യം ആലോചിച്ചാണ് അവരെ ശേഖരേട്ടന്റെ വീട്ടിലാക്കിയത്.

1974 മെയ്മാസം 20നാണ് ബോംബെയിൽനിന്നും ദ്വാരക എന്നുപേരുള്ള കപ്പലിൽ യാത്ര പുറപ്പെടുന്നത്. കപ്പൽയാത്ര ആദ്യമായിട്ടായിരുന്നു. അതുകൊണ്ടുതന്നെ അതിന്റേതായ ആശങ്കയും ആകാംക്ഷയും മ

നസ്സിനെ വല്ലാതെ അലട്ടുന്നുണ്ടായിരുന്നു. സഹയാത്രികരുടെ കൂട്ടത്തിൽ ചെറിയമ്മയുടെ മകൻ കാർത്തികേയനും അടുത്തറിയാവുന്ന ഒന്നുര ണ്ടുപേരുമുണ്ടായിരുന്നതുകൊണ്ട് അല്പമൊരാശ്വാസം തോന്നി. വിര സവും വിരഹവുമാർന്ന അഞ്ചുദിവസത്തെ യാത്രക്കുശേഷം 1974 മെയ് 25നു കപ്പൽ ദുബായ് തുറമുഖത്തടുത്തു. അപാരവും അഗാധവുമായ അറബിക്കടലിനപ്പുറത്ത് ചെന്നണഞ്ഞ ഒരു തീരം. അപരിചിതമെങ്കിലും ശുഭാപ്തി വിശ്വാസത്തിന്റെ പ്രതീക്ഷ നല്കുന്ന മണ്ണ്, മണൽപരപ്പ്, സൂ ര്യപ്രകാശത്തിന്റെ ഉണർവ്വും ഊർജ്ജവും ഏറ്റുവാങ്ങാൻ കാത്തുനില് ക്കുന്ന ഈന്തപ്പനകൾ. ആ പനകളുടെ ഇത്തിരിവട്ടത്തണലിനുവേണ്ടി ഓടിയെത്തുന്ന ഒട്ടകങ്ങൾ. 'ദുബായ്' മനസ്സിൽ പതിഞ്ഞ ആദ്യചിത്രം.

പച്ചപ്പ് തേടി മരുഭൂമിയിൽ

ഇപ്പോൾ വളരെ തമാശയായി തോന്നാമെങ്കിലും സത്യം പറയാമല്ലൊ. ബോംബെയിൽ നിന്നും കപ്പൽ കയറുമ്പോൾ എനിക്ക് എന്റേതായി അവകാശപ്പെടാൻ ഒന്നുമില്ലായിരുന്നു, ഇന്ത്യാഗവൺമെന്റ് തന്ന പാസ്പോർട്ടല്ലാതെ. വലിയ വലിയ മോഹങ്ങളും ഇല്ലായിരുന്നു. സ്വന്തമായി ഒരു തുണ്ട് ഭൂമി. അതിലൊരു കൊച്ചുവീട്. അതുമാത്രമായിരുന്നു എന്റേയും നളിനിയുടേയും ആഗ്രഹം. കാരണം സ്വന്തമായി താമസിക്കാൻ ഒരിടമില്ലാത്തതിന്റെ വൈഷമ്യങ്ങൾ ഞങ്ങൾ രണ്ടുപേരും ഏറെ അനുഭവിച്ചു കഴിഞ്ഞിരുന്നു.

ദുബായിൽ എത്തിയതിന്റെ ഇരുപത്തിരണ്ടാം ദിവസം 'കാനു ഷിപ്പിംഗ്'എന്ന കമ്പനിയിൽ ടൈപ്പിസ്റ്റായി എനിക്ക് ജോലി കിട്ടി. ശമ്പളം എഴുന്നൂറ്റിയമ്പത് ദിർഹം. അന്നും ഇന്നും അറിയപ്പെടുന്ന സ്ഥാപനമാണ് കാനുഗ്രൂപ്പ്. റോജർ ബർമൻ എന്ന ഒരു യുറോപ്യൻ മാനേജരുടെ കീഴിൽ ക്ലിയറിംഗ് ആന്റ് ഫോർവാഡിംഗ് ഡിപ്പാർട്ടുമെന്റിലാണ് ഞാൻ ജോലി ചെയ്തിരുന്നത്. പ്രധാനപ്പെട്ട ഡിപ്പാർട്ടുമെന്റുകളിലെല്ലാം യൂറോപ്യൻ മാനേജർമാരാണ് ഉണ്ടായിരുന്നത്. ടൈപ്പിസ്റ്റായിട്ടാണ് ജോലിയിൽ പ്രവേശിച്ചതെങ്കിലും എല്ലാ ജോലികളിലും ശ്രദ്ധിക്കാൻ മാനേജർ എനിക്ക് അവസരം തന്നിരുന്നു. ആഴ്ചയിൽ അഞ്ചരദിവസം ജോലി. വ്യാഴാഴ്ചകളിൽ ഉച്ചവരെ. എന്നിരുന്നാലും വ്യാഴം, വെള്ളി ദിവസങ്ങളിൽ ഓവർടൈം ഉണ്ട്. മാനേജർ വെള്ളിയാഴ്ചകളിലും ജോലി ചെയ്യുമായിരുന്നു. അദ്ദേഹത്തിന് എന്നെ വലിയ കാര്യമായിരുന്നു. ഏതോ ജന്മജന്മാന്തരസുകൃതം പോലെ അദ്ദേഹത്തിന് എന്നോട് ഒരടുപ്പമുണ്ടായിരുന്നു. ശമ്പളവും ഓവർടൈമുമായി ആയിരത്തി ഇരുന്നൂറു ദിർഹത്തോളം എനിക്ക് ലഭിക്കുമായിരുന്നു.

ഒരു കപ്പൽചാലിന്റെ (ക്രീക്ക്) അപ്പുറവും ഇപ്പുറവുമായിട്ടാണ് ദുബായിയുടെ കിടപ്പ്. അക്കര, ഇക്കര എന്നർത്ഥം വരുന്ന 'ബർദുബായ്,' 'ദേരദുബായ്'എന്നിങ്ങനെ രണ്ടായി പകുത്തു കിടക്കുന്ന ഭൂവിഭാഗമാണ് ദുബായ്. രണ്ടുകരകളേയും തമ്മിൽ ബന്ധിപ്പിച്ചിരുന്നത് അബ്ര എന്നുപറയുന്ന കടത്തുവള്ളങ്ങളായിരുന്നു. മോട്ടോർ ഘടിപ്പിച്ച വള്ളത്തിന് 10

ഫിൽസും തുഴഞ്ഞു പോകുന്നതിന് 25ഫിൽസും ആയിരുന്നു ചാർജ്. അക്കരയ്ക്കും ഇക്കരയ്ക്കും പോയിവരാൻ അതുമാത്രമാണ് ഒരു ഉപാധിയുണ്ടായിരുന്നത്. പിൽക്കാലത്ത് പാലങ്ങളും വെള്ളത്തിനടിയിലൂടെയുള്ള തുരങ്കവും (ടണൽ) ഉണ്ടായി എന്നുള്ളത് കാലത്തിന്റെ മാറ്റം. സ്റ്റാൻഡേർഡ് ചാർട്ടേഡ് ബാങ്കിന്റെ ബിൽഡിംഗിലായിരുന്നു കാനുവിന്റെ ഓഫീസ് പ്രവർത്തിച്ചിരുന്നത്. ഡോക്കുമെന്റേഷൻ അറ്റാച്ച് ചെയ്യാൻ ചേംബർ ഓഫ് കോമേഴ്സിൽ പോകണമായിരുന്നു. ഞാൻ അബ്രയ്ക്കുപോകും. അബ്ര കഴിഞ്ഞുള്ള വഴികൾ നടക്കും. എന്നിട്ട് ടാക്സി ഫെയർ എഴുതിയെടുക്കും. അങ്ങനെ വളരെ വിഷമിച്ചിട്ടായിരുന്നു പൈസ മിച്ചം വയ്ക്കാനുള്ള ഓരോ ശ്രമവും.

ഇന്നു നമ്മൾ കാണുന്ന ദുബായ് അല്ല അന്നുണ്ടായിരുന്നത്. വർഷങ്ങളിലൂടെ രൂപകല്പന ചെയ്ത് വളർന്നുവന്ന ദുബായ് ഇന്ന് ലോകത്തിന്റെ തന്നെ സ്വപ്നനഗരമാണ്. ഒന്നുമില്ലായ്മയിൽ നിന്നും എല്ലാം ഉണ്ടാക്കിയെടുത്ത അറബിക്കഥയിലെ അത്ഭുതലോകം എന്നുവേണമെങ്കിൽ വിശേഷിപ്പിക്കാം. പെട്രോൾ ഖനനത്തിന്റെ ആരംഭത്തോടെ ദുബായിയുടെ പരിവർത്തനത്തിന് നാന്ദി കുറിച്ചു. ഞാൻ വന്ന സമയത്ത് അറബി വില്ലയോട് ചേർന്ന് രണ്ടുപേർക്ക് മാത്രം താമസിക്കാവുന്ന ഒരു റൂമിലാണ് ചേക്കേറിയത്. അവിടെ ചുറ്റും നോക്കിയാൽ വെറും മണൽ പരപ്പാണ്. നാമമാത്രമായ റോഡുകൾ, അപൂർവ്വം കടകൾ. എടുത്തുപറയത്തക്കതായി ഒരു ബിൽഡിങ് അംബാസിഡർ ഹോട്ടൽ ആണ് അന്നുണ്ടായിരുന്നത്. കുവൈറ്റ് ഷിപ്പിങ്, പ്ലാസ സിനിമ, കാൾടെക്സ് എന്നിവയും അടയാളങ്ങളായി നിലകൊണ്ടിരുന്നു. ബർ ദുബായിയുടെ അന്നത്തെ ഒരു രേഖാചിത്രം അതായിരുന്നു.

എയർകണ്ടീഷൻ വളരെ അപൂർവം. പൈസയുള്ളവരുടെ വീട്ടിൽ മാത്രം കാണുന്ന ഒന്ന്. ഏസിയില്ലാതെ ഉറങ്ങാൻ കഴിയാത്ത എത്രയെത്ര ദിനരാത്രങ്ങൾ! റൂമിന് പുറത്ത് പുല്ലുപായ വിരിച്ച് കിടന്നുറങ്ങിയ രാവുകൾ. ഇപ്പോൾ അതെല്ലാം ഒരു ദിവാസ്വപ്നംപോലെ. ആദ്യകാലത്ത് വിനോദത്തിന് ഒന്നുമില്ലായിരുന്നു. പിന്നീട് സിനിമാതിയ്യറ്ററുകൾ ഉണ്ടായി. പ്ലാസ സിനിമ, ദേര സിനിമ, ദുബൈ സിനിമ, അൽ ഷാബ് എന്നിങ്ങനെയുള്ള തിയേറ്ററുകളാണ് ആദ്യകാലത്ത് ഉണ്ടായിരുന്നത്. പത്തേമാരികളിൽ കള്ളക്കടത്തിലൂടെയാണ് മലയാള സിനിമ ദുബായിലെത്തിയിരുന്നത്. ദുബായിലുള്ള എല്ലാ തിയേറ്ററുകളിലും ഒരേ പടം ഒരേ ദിവസം ഒരു മണിക്കൂർ ഇടവിട്ട് കളിച്ചുകൊണ്ടിരിക്കും. ഒരു മണിക്കൂറിന്റെ ഇടവേളകളിലായിരിക്കും ഓരോ തിയേറ്ററിലും പടം ആരംഭി

ക്കുക. ഒരൊറ്റ കോപ്പിയാണ് എല്ലാ തിയേറ്ററുകളിലും പ്രദർശിപ്പിക്കുന്നത്. ഷോ തീരുന്ന മുറയ്ക്ക് റീലുകൾ ഒരിടത്തുനിന്ന് മറ്റൊരിടത്തേക്ക് സഞ്ചരിച്ചുകൊണ്ടിരിക്കും.

വീട്ടിൽ നിന്നും ഏതെങ്കിലും ഒരു കാര്യം കത്തുവഴി കിട്ടുവാൻ പതിനഞ്ചു ദിവസം കാത്തിരിക്കണം. തപാൽമാർഗ്ഗം മാത്രമാണ് എഴുത്തുകൾ അയച്ചിരുന്നതും കിട്ടിയിരുന്നതും. ഫോൺ വിളിക്കാനൊന്നും സൗകര്യം ഇല്ലായിരുന്നു. കൂട്ടുകാരോ അടുത്തുള്ളവരോ പോകുമ്പോൾ എഴുത്ത് എഴുതി കൊടുത്തയക്കുന്ന പതിവ് എല്ലാ മലയാളികൾക്കും ഉണ്ടായിരുന്നു. നാട്ടിൽ വന്നാൽ എഴുത്ത് കൊണ്ടുകൊടുക്കുന്ന ജോലിയുടെ സുഖം ഒന്നു വേറെയായിരുന്നു.

ഭാര്യയും മകനും എത്തിച്ചേരുന്നതുവരെ തീർത്തും ഒറ്റപ്പെട്ട ജീവിതമായിരുന്നു. 'സത്വ'യിൽ അൽ അന്ദാലസ് എന്ന പേരിൽ ഒരു ഓപ്പൺ എയർ തിയേറ്റർ ഉണ്ടായിരുന്നു. മുകളിൽ ആകാശം, താഴെ ഭൂമി, ചുറ്റും നാലു ചുമരുകൾ അതാണ് ഓപ്പൺ എയർ തിയേറ്റർ. മറ്റു തിയേറ്ററുകളെ അപേക്ഷിച്ച് ഇവിടെ ടിക്കറ്റ്നിരക്ക് കുറവാണ്. അതുകൊണ്ടുതന്നെ ജോലികഴിഞ്ഞാൽ കൂട്ടുകാരുമൊത്ത് അന്ദാലസിൽ പോയി ഇറാനിയൻ സിനിമ കാണും. അവിടെ പ്രദർശിപ്പിച്ചിരുന്നത് ഭൂരിഭാഗവും ഇറാനിയൻ സിനിമകളായിരുന്നു. അതല്ലാതെ വിനോദത്തിന് മറ്റ് മാർഗ്ഗങ്ങളൊന്നുമില്ലായിരുന്നു.

ജോലി ചെയ്യുന്ന സ്ഥാപനമായ കാനുവിന്റെ വിസ അടിക്കണമെങ്കിൽ ഫ്രീ വിസ തന്ന അറബിയുടെ റിലീസ് ലെറ്റർ (സമ്മതപത്രം) ഹാജരാക്കേണ്ടതുണ്ട്. അറബിയെ കണ്ടെത്തി ലെറ്റർ വാങ്ങിയ്ക്കാൻ വളരെയധികം ബുദ്ധിമുട്ടേണ്ടി വന്നു. ഞാനും അനുജൻ ഭാസ്കരനും കൂടി ഒരുപാട് അന്വേഷിച്ചു നടന്നിട്ടാണ് അറബിയുടെ വീട് കണ്ടെത്തിയത്. അറബിയോട് കാര്യങ്ങൾ പറഞ്ഞു മനസ്സിലാക്കി ഒരു വിധത്തിൽ സമ്മതപത്രം ഒപ്പിട്ടുകിട്ടി. അങ്ങനെ വിസ കാനൂ ഗ്രൂപ്പിലേക്ക് മാറ്റി. വൈ.ബി.എ. കാനു (യൂസഫ് ബിൻ അഹമ്മദ് കാനു) എന്നായിരുന്നു അന്നത്തെ പേര്. ഉടമകൾ ബഹറിനികളായിരുന്നു.

ദുബായിൽ വന്ന് ഒരു വർഷം തികയുമ്പോഴേക്കും നളിനിയേയും അനൂപിനേയും കൊണ്ടുവരുന്നതിന് സാധിച്ചു. എനിക്ക് ഫാമിലി വിസ എടുക്കുന്നതിന് വേണ്ടി കാനുവിന്റെ അഡ്മിനിസ്ട്രേഷൻ ഡിപ്പാർട്ടുമെന്റിൽ ജോലി ചെയ്തിരുന്ന ശ്രീമതി വിജയ എന്നെ ഏറെ സഹായിച്ച വ്യക്തിയാണ്. യാദൃശ്ചികമെന്നു പറയട്ടെ ഞാൻ ദുബായിലെത്തി ഒരു വർഷം തികയുന്ന അതേദിവസം തന്നെ – 1975 മെയ് 25നു ഭാര്യയും

മകനും ബോംബെയിൽ നിന്നും എയർ ഇന്ത്യ വിമാനത്തിൽ ദുബായിൽ വന്നിറങ്ങി. ഒരു പഴയ വില്ലയിലാണ് ഞങ്ങൾ ആദ്യം താമസിച്ചത്. മൂന്നുകുടുംബങ്ങൾ ചേർന്നെടുത്ത ഒരു വില്ലയായിരുന്നു അത്.

ദുബായിലെ വിദ്യാഭ്യാസമേഖലയൊന്നും അന്ന് ഇന്നത്തെപ്പോലെ അത്ര വളർന്ന് വികസിച്ചിരുന്നില്ല. മാത്രവുമല്ല വിരലിലെണ്ണാവുന്ന സ്ത്രീകളേ ഉണ്ടായിരുന്നുള്ളു. അനൂപിനെ ഇന്ത്യൻ സ്കൂളിൽ ഒന്നാംക്ലാസ്സിൽ ചേർത്തു. നളിനിക്കും ജോലി അന്വേഷിക്കുന്നുണ്ടായിരുന്നു. അധികം വൈകാതെ യുണൈറ്റഡ് അറബ് ഷിപ്പിങ് എന്ന കമ്പനിയിൽ താല്ക്കാലിക തസ്തികയിൽ ജോലി കിട്ടുകയും ചെയ്തു. അതിനുശേഷം മൂന്നുമാസം കഴിഞ്ഞപ്പോൾ ബർദുബായിൽ അബ്രയ്ക്കടുത്തുള്ള സിറ്റിബാങ്കിൽ ജോലിക്കു കയറി. ഇതേ സമയത്തുതന്നെ കാനുഗ്രൂപ്പ് സ്വന്തമായി പണിതീർത്ത കെട്ടിടത്തിലേക്ക് പ്രവർത്തനം മാറ്റുകയുണ്ടായി.

എന്റേയും നളിനിയുടേയും ശമ്പളം കൂടിയായപ്പോൾ പിടിച്ചുനില്ക്കാമെന്നായി. ചിരകാലമായുള്ള ആഗ്രഹം-ഒരുതുണ്ട് ഭൂമി, ഒരു കൊച്ചുവീട്- അതു സാധിച്ചെടുക്കാനുള്ള ശ്രമവും ഉത്സാഹവുമായിരുന്നു പിന്നീടങ്ങോട്ട്. നളിനിക്ക് വർഷത്തിലൊരിക്കൽ ലീവും ഫാമിലിക്കുള്ള എയർ ടിക്കറ്റും ലഭിക്കുമായിരുന്നു. എനിക്ക് 22 മാസത്തിലൊരിക്കൽ ലീവും ഫാമിലി ടിക്കറ്റും ഉണ്ടായിരുന്നു. നളിനിയുടെ ടിക്കറ്റ് കാഷ് ക്ലെയിം ചെയ്യുകയും എന്റെ ടിക്കറ്റിൽ നാട്ടിൽ പോവുകയും ചെയ്തുവന്നു.

ഷെയറിങ്ങിൽ താമസിക്കുമ്പോൾ കൂട്ടത്തിലൊരു ഫാമിലിക്ക് ബ്ലാക്ക് ആന്റ് വൈറ്റ് ടിവിയുണ്ടായിരുന്നു. അന്നത് ഒരു സംഭവമായിരുന്നതു കൊണ്ട് അതിന്റെ ഒരു ഗമ അവർ പ്രത്യേകം പ്രകടിപ്പിച്ചിരുന്നു. വെള്ളിയാഴ്ചകളിൽ സ്ഥിരമായി ഇന്ത്യക്കാർക്കുവേണ്ടി ഒരു ഹിന്ദി സിനിമ ഉണ്ടായിരിക്കും. ദേശീയമായ അറബി പരിപാടികൾക്കിടയിലും വിദേശീയരായ ഇന്ത്യക്കാരെ അവർ പരിഗണിച്ചിരുന്നു എന്നുള്ളതിന് തെളിവാണത്. തദ്ദേശീയരേയും വിദേശികളേയും അക്കാലത്ത് ഒരേ പോലെ ആകർഷിച്ചിരുന്ന ഒരു പ്രോഗ്രാമാണ് ഗുസ്തി (WRESTLING) ആബാലവൃന്ദം ജനങ്ങൾ വീടുകളിൽ മാത്രമല്ല തെരുവോരത്ത് റെസ്റ്റോറന്റുകൾക്കും കഫ്റ്റീരിയകൾക്കും മുന്നിൽവച്ചിരിക്കുന്ന ടെലിവിഷനുമുന്നിൽ തടിച്ചുകൂടുന്നത് പതിവുകാഴ്ചയായിരുന്നു. ക്രമേണ ബ്ലാക്ക് ആന്റ് വൈറ്റ് ടിവികൾ കളർ ടെലിവിഷന് വഴി മാറാൻ തുടങ്ങി.

ചെറിയ പെരുന്നാൾ, വലിയ പെരുന്നാൾ തുടങ്ങിയ പൊതുഒഴിവുദിവസങ്ങളിലെല്ലാം ഉണ്ടായിരുന്ന ഏക വിനോദം പിക്നിക്കിനു പോക

ലാണ്. കൂട്ടുകാരും കുടുംബാംഗങ്ങളുമൊക്കെ ചേർന്ന് അലൈൻ, അബുദാബി, ഫുജൈറ, റാസ് അൽഖൈമ, ഷാർജ, അജ്മാൻ, ഉമ്മുൽ ഖൈവാൻ, ഖോർഫക്കാൻ എന്നിങ്ങനെ യു.എ.ഇ.യുടെ എല്ലാ എമിറേറ്റുകളും സന്ദർശിക്കുമായിരുന്നു. വളരെ കുറച്ചു ഫാമിലികളേ അന്ന് ദുബായിലുണ്ടായിരുന്നുള്ളു. സിനിമയ്ക്ക് തിയേറ്ററിൽ പോയാൽ നാലോ അഞ്ചോ ഫാമിലികളെ മാത്രമേ കാണാൻ കഴിഞ്ഞിരുന്നുള്ളു. മലയാളി കുടുംബങ്ങൾ വളരെ വിരളമായിരുന്നു, വർഷങ്ങൾ പിന്നിട്ടപ്പോൾ ഇതിനെല്ലാം മാറ്റംവന്നു. ഇക്കാലയളവിൽ ഞങ്ങൾ ദുബായിലെ ജീവിതരീതികളും സാഹചര്യങ്ങളുമായി പൊരുത്തപ്പെട്ടു കഴിഞ്ഞിരുന്നു.

1976ൽ ആണ് ഞങ്ങൾ ആദ്യമായി ലീവിൽ നാട്ടിൽ പോകുന്നത്. ശേഖരേട്ടനൊഴികെ ബാക്കി ഞങ്ങൾ എല്ലാവരും കൂട്ടുകുടുംബമായി തറവാട്ടിൽ തന്നെയായിരുന്നു താമസം. അമ്മ, രാഘവേട്ടൻ, ലക്ഷ്മിയേട്ടത്തി, മക്കൾ പുഷ്പരാജൻ, ശാന്തിനി, കോമള, ഷീല, ബീന, ശ്രീധരേട്ടൻ, ദേവകിയേട്ടത്തി, മക്കൾ മഹേന്ദ്രൻ, ധർമ്മൻ, വിശ്വനാഥൻ, ഷീജ, അനിയന്മാർ ഭാസ്കരൻ, വിശ്വംഭരൻ, സുകുമാരൻ, സഹോദരി ലീല (വിവാഹിതയാണ്) എല്ലാവരും ഒന്നിച്ചു ഒരു വീട്ടിലായിരുന്നു. ശേഖരേട്ടൻ, പരമേശ്വരിയേട്ടത്തി, മക്കൾ ഷാജി, ശ്രീജ, സുജ, സ്മിത ഇവർ വീടുവച്ച് വേറെയാണ് താമസമെന്ന് നേരത്തെ സൂചിപ്പിച്ചുവല്ലോ. ഓരോരുത്തരായി അധ്വാനിച്ച് സമ്പാദിച്ച് സ്വന്തമായി വീട് വയ്ക്കുന്നതുവരെ ഞങ്ങൾ എല്ലാവരും ഒന്നിച്ചുതന്നെയാണ് കഴിഞ്ഞുപോന്നത്.

എയർ ഇന്ത്യ മാത്രമാണ് അന്ന്, ഗൾഫിലേക്ക് ഉണ്ടായിരുന്നത്. കേരളത്തിൽ നിന്നും വരുന്നവർ കൊച്ചിയിൽ നിന്നും ബോംബെയിൽ എത്തണം. രാത്രി ബോംബെയിൽ താമസിച്ച് പിറ്റേദിവസം ദുബായിലേയ്ക്ക് യാത്ര തുടരണം - ഗൾഫിൽ നിന്നും വരുമ്പോൾ ബോംബെയിൽ വന്ന് കസ്റ്റംസ് പരിശോധന കഴിഞ്ഞ് രാത്രി ഹോട്ടലിൽ താമസിച്ച് കൊച്ചിയിലേയ്ക്ക് ചെറിയ വിമാനത്തിൽ കയറി രണ്ടരമണിക്കൂർ യാത്രയാണ്. കൊച്ചിയിൽ വില്ലിംഗ്ടൺ ഐലന്റിൽ ലാന്റ് ചെയ്യും. അവിടെനിന്നും നാട്ടിലേയ്ക്ക് ടാക്സി/ബസ് പിടിച്ചുവേണം പോകാൻ.

വളരെ നാളുകൾക്ക് ശേഷം ആദ്യം കേരളത്തിൽ എയർപോർട്ട് വരുന്നത് തിരുവനന്തപുരത്തായിരുന്നു. ഒന്നോരണ്ടോ പ്രാവശ്യം തിരുവനന്തപുരം എയർപോർട്ടുവഴി നാട്ടിൽ വന്നിട്ടുണ്ട്. ദുബായിൽ നിന്നും ഡയറക്ട് ഫ്ളൈറ്റ് ആണ്. അതായിരുന്നു ഒരു ഗുണം. പിന്നെ തിരുവനന്തപുരം എയർപോർട്ടിൽ ഇറങ്ങി കസ്റ്റംസ് ചെക്ക് കഴിഞ്ഞ് നാട്ടിൽ എത്താൻ കാറിൽ സാധാരണ എട്ടും പത്തും മണിക്കൂറുകൾ എടുക്കും.

ബോംബെയിൽ അന്ന് കസ്റ്റംസ് വളരെ കർശനമായിരുന്നു. ഒരുവിധം എല്ലാ സാധനങ്ങൾക്കും ഡ്യൂട്ടി അടയ്ക്കേണ്ടി വരുമായിരുന്നു. പെട്ടികൾ എല്ലാംതന്നെ തുറന്നുകാണിക്കണം. എല്ലാ സാധനങ്ങളും ഡിക്ലെയർ ചെയ്യണമായിരുന്നു. എറണാകുളത്ത് കൊച്ചിൻ എയർപോർട്ട് വന്നതിനുശേഷമാണ് ഗൾഫിലോട്ടും, തിരിച്ചും ഉള്ള യാത്രകൾ വളരെ സൗകര്യപ്രദമായത്. ഗ്രീൻ ചാനൽ വഴി ഡ്യൂട്ടി കെട്ടാത്ത സാധനങ്ങളുമായി വരുന്നവർക്ക് സുഗമമായി നടന്നുപോരാം തടസ്സങ്ങൾ ഇല്ലാതെ. ഇതെല്ലാം കാലങ്ങൾ വരുത്തിയ മാറ്റങ്ങളും, സംവിധാനങ്ങളുമാണ്. ഇന്ന് ദുബായിൽ കാണുന്ന ജനസംഖ്യയുടെ 95%വും ഞങ്ങൾ ഗൾഫിൽ വന്നശേഷം ജനിച്ച്, വിദ്യാഭ്യാസം കഴിഞ്ഞ് ജോലിയ്ക്ക് വേണ്ടി വന്നവരും, അവരുടെ ഫാമിലികളും ആണ്. ആയതിനാൽ ഞങ്ങൾ പഴയകാലത്തു ജോലി തേടി വന്നവരെ ആരും അധികം അറിയുകയും ഇല്ല.

ഉത്സവത്തിന്റെ നാളുകൾ
ഉല്ലാസത്തിന്റെ വേളകൾ

ഞങ്ങൾ നാട്ടിൽ ചെല്ലുന്നത് അക്ഷരാർത്ഥത്തിൽ ഒരു ഉത്സവം പോലെതന്നെയാണ് എല്ലാവരും ആഘോഷിച്ചിരുന്നത്. എല്ലാവർക്കും വസ്ത്രങ്ങളും പാരിതോഷികങ്ങളുമൊക്കെയായിട്ടാണ് ഞങ്ങളെത്തുക. ചെന്നുകഴിഞ്ഞാൽ എല്ലാവരുമായി പുറത്തുപോകും. സിനിമ, സർക്കസ്, കാഴ്ചബംഗ്ലാവ്, കടൽ ഇതൊക്കെ കൊണ്ടുപോയി കാണിക്കും. ഞങ്ങൾ ദുബായിൽ വന്നശേഷമാണ് വീട്ടിൽ സന്തോഷവും സമാധാനവും സംതൃപ്തിയും കൈവന്നത് എന്നുപറയാം.

ആദ്യതവണ നാട്ടിൽ ചെന്നപ്പോഴാണ് ഞങ്ങളുടെ തറവാട് നിൽക്കുന്ന പോർക്കളേങ്ങാട് നിന്നു മൂന്നുകിലോമീറ്റർ അകലെ ആ നായ്ക്കലിൽ ഒരു സ്ഥലം കൊടുക്കാനുണ്ട് എന്നറിയുന്നത്. പോയികണ്ടു. കണ്ടമാത്രയിൽ തന്നെ ഇഷ്ടപ്പെടുകയും ചെയ്തു. തേടി നടന്ന സ്ഥലം ഇതുതന്നെയെന്ന് മനസ്സിൽതോന്നുകയും കച്ചവടം ഉറപ്പിച്ച് അഡ്വാൻസ് കൊടുത്ത് പോരുകയും ചെയ്തു. ആറുമാസത്തിനുള്ളിൽ രജിസ്ട്രേഷൻ ചെയ്തു കൊള്ളാമെന്ന് കരാറും എഴുതി. തെങ്ങും കവുങ്ങും കശുമാവും വാഴത്തോപ്പും കുന്നും കുളവും എല്ലാം ചേർന്ന മൂന്ന് ഏക്കർ സ്ഥലം എഴുപത്തയ്യായിരം രൂപയ്ക്ക് കച്ചവടം ഉറപ്പിച്ചു. അങ്ങനെ ഞങ്ങളുടെ ചിരകാലസ്വപ്നം പൂവണിയുകയായിരുന്നു. ഭൂമി സ്വന്തമായാൽ പിന്നെ ഒരു വീടുവേണം.

ലീവു തീർന്ന് ദുബായിൽ തിരിച്ചെത്തിയ ഉടൻ തന്നെ കടം വാങ്ങിയും മറ്റും ഭൂമിയുടെ രജിസ്ട്രേഷൻ പറഞ്ഞ സമയത്ത് നടത്തി. തുടർന്ന് വീടുപണിയാനുള്ള ശ്രമമായി. 1977ൽ നാട്ടിൽ പോയപ്പോൾ വീടിന്റെ പ്ലാൻ തയ്യാറാക്കി തറക്കല്ലിട്ടുപോന്നു. കല്ലാശ്ശാരി നാരായണനെ പണി ഏല്പിക്കുകയാണ് ചെയ്തത്. അന്ന് രണ്ടു നിലയുള്ള ആ വീട് പണിയുന്നതിന് ഉദ്ദേശം അറുപതിനായിരം രൂപയാണ് ചിലവു വന്നത്. അതേ വീടാണ് പിന്നീട് പൊളിച്ചുമാറ്റി ഇന്നു കാണുന്ന സൗകര്യത്തോടുകൂടി പുതുക്കിപണിതത്. 2005 കാലത്താണ് ആ പണി പൂർത്തിയാക്കിയത്.

ഓരോവർഷവും നാട്ടിൽനിന്നും ഓരോരുത്തരെയായി കൊണ്ടുവന്ന് ഞങ്ങൾ ജോലി ശരിയാക്കി കൊടുത്തിരുന്നു. ഞങ്ങൾ വന്ന് ഒരു വർഷം തികയുമ്പോഴേക്കും മൂത്ത ജ്യേഷ്ഠന്റെ മകൻ പുഷ്പരാജന് വിസ അയച്ചുകൊടുത്ത് കൊണ്ടുവന്നു. അനിയന്മാർ വിശ്വംഭരൻ, സുകുമാരൻ, ശ്രീധരേട്ടന്റെ മകൻ മഹേന്ദ്രൻ, വല്യച്ഛന്റെ മകന്റെ മകൻ ഗോപി, സഹോദരിയുടെ മകൻ അനി, സഹോദരിയുടെ മകൾ മല്ലികയുടെ ഭർത്താവ്, രവി അങ്ങനെ സ്വന്തക്കാരായവരെ ഓരോരുത്തരായി ദുബായിലെത്തിച്ചു. എല്ലാവരും രക്ഷപ്പെടണം, അവരും നല്ല ഉയർന്നനിലയിൽ ജീവിച്ചുകാണണം എന്ന സദുദ്ദേശത്തോടെ, മനഃസ്സാക്ഷിയോടെ മാത്രമാണ് ഓരോന്നും യഥാസമയം ഞങ്ങൾ ചെയ്തുപോന്നത്.

കാനുഗ്രൂപ്പിൽ എന്റെ മാനേജർ ബർമൻ രാജിവെച്ചു. പകരം Jack Meredith എന്നു പേരുള്ള മറ്റൊരു യൂറോപ്യൻ ചുമതലയേറ്റു. അദ്ദേഹവും ഞാനും ചേർന്നാണ് കാനു ഗ്രൂപ്പിൽ കെ.ആർ.ടി. എന്ന ഡിവിഷൻ ആരംഭിക്കുന്നത്. (Consolidation Cargo Collection and Delivery, Documents Collection and delivery) നിശ്ചിത സമയപരിധിക്കുള്ളിൽ ഏറ്റവും ചിലവു കുറഞ്ഞ രീതിയിൽ കസ്റ്റമർക്ക് ചരക്കുകൾ എത്തിക്കുക എന്നതായിരുന്നു ഉദ്ദേശം. അത് പൂർണ്ണമായും ഒരു വിജയമായിരുന്നു. കാരണം ഈ മേഖലയിൽ ഞങ്ങളോട് മത്സരിക്കാൻ ആരുമില്ലായിരുന്നു.

എനിക്ക് കെ.ആർ.റ്റിയുടെ അസിസ്റ്റന്റ് മാനേജരായി പ്രമോഷൻ കിട്ടി. Jack Meredith എനിക്ക് വളരെയധികം പ്രോത്സാഹനവും പ്രചോദനവും നല്കിയിരുന്നു. അദ്ദേഹത്തെ ഞാനെന്റെ മാർഗ്ഗദർശിയും ഗുരുനാഥനുമായി ആരാധിക്കുന്നു, ആദരിക്കുന്നു. അദ്ദേഹത്തിന്റെ ഓർമ്മകൾക്കു മുന്നിൽ ശിരസ്സു നമിക്കുന്നു. അദ്ദേഹം ഒരു പ്രകാശനാളമായി ഇപ്പോഴും എന്റെ മനസ്സിൽ ജ്വലിക്കുന്നു, ഒരു കെടാവിളക്കുപോലെ.

അനിയൻ വിശ്വംഭരന് കെ.ആർ.റ്റിയുടെ ദുബായിലും പുഷ്പരാജന് കെ.ആർ.റ്റി.യുടെ അബുദാബിയിലും ഉള്ള ബ്രാഞ്ചുകളിൽ ജോലി ഏർപ്പാടാക്കി. ശ്രീധരേട്ടന്റെ മകൻ മഹേന്ദ്രന് ലൈസൻസ് എടുത്ത് കെ.ആർ.റ്റി.യിൽ തന്നെ ജോലിയാക്കി. അനിയൻ സുകുമാരന് Sea and Land Drilling Company യിൽ ജോലിക്കുള്ള അവസരമൊരുക്കി. സഹോദരിയുടെ മകളുടെ ഭർത്താവ് രവിയെ കൊണ്ടുവന്ന് കൂടെ താമസിപ്പിച്ച് ഡ്രൈവിങ് ലൈസൻസ് എടുപ്പിച്ച് എന്റെ പരിചയക്കാരനായ അബ്ദുൾ കരീം എന്ന അറബിയുടെ ട്രെയിലർ ഓടിക്കുന്ന ജോലി തരപ്പെടുത്തി. നളിനിയുടെ സഹോദരൻ സോമനെ കൊണ്ടുവന്നതും ഞങ്ങൾ തന്നെ. പലയിടത്തും ജോലി നോക്കി പിന്നീട് ദുബായ് മറൈൻ ഹോട്ടലിൽ ആണ്

ജോലി ചെയ്തിരുന്നത്. എല്ലാവരേയും കൊണ്ടുവന്നു അവർക്കെല്ലാവർക്കും തന്നെ സാമാന്യം ഭേദപ്പെട്ട നിലയിൽ ജീവിക്കാനുള്ള സാഹചര്യങ്ങൾ നേടിയെടുക്കാനും കഴിഞ്ഞിട്ടുണ്ട്.

മൂത്തമകൻ അനൂപ് ജനിച്ച് പത്തുവർഷത്തിനുശേഷമാണ് രണ്ടാമത്തെ മകൻ അഭിലാഷ് ജനിക്കുന്നത്. 1978 നവംബർ 25ന് ദുബായിലെ റാഷിദ് ഹോസ്പിറ്റലിലായിരുന്നു നളിനിയുടെ രണ്ടാമത്തെ പ്രസവം. സഹായത്തിന് നാട്ടിൽനിന്നും നളിനിയുടെ അമ്മയെ കൊണ്ടുവന്നിരുന്നു. പരമാവധി ചെലവു ചുരുക്കിയുള്ള ജീവിതമായിരുന്നു അന്ന്. ഷെയറിങ് അക്കോമഡേഷനിലാണ് എല്ലാവരും കൂടി താമസിച്ചിരുന്നത്. പ്രസവിച്ച് ഒമ്പതുമാസങ്ങൾക്കുശേഷം ഞങ്ങൾ എല്ലാവരും കൂടി നാട്ടിലേക്ക് പോയി. മകന്റെ ചോറൂണും പേരിടലുമായിരുന്നു ലക്ഷ്യം. കുട്ടിക്ക് അഭിലാഷ് എന്ന് നാമകരണം ചെയ്തു. നളിനിക്ക് ജോലിയിൽ തുടരേണ്ടതുകൊണ്ട് കുഞ്ഞിനെ നളിനിയുടെ അമ്മയെ നോക്കാനേല്പിച്ച് ഞങ്ങൾ ദുബായിലേക്ക് തിരിച്ചുപോന്നു.

ഞങ്ങളുടെ വീടുപണി ഉദ്ദേശിച്ച സമയത്തിനുള്ളിൽ തീർക്കാൻ കഴിഞ്ഞില്ല. നളിനിയുടെ അച്ഛന്റെ മരണവും മറ്റു പ്രതികൂല സാഹചര്യങ്ങളും കാരണം 1982 ലാണ് പൂർത്തിയാക്കാൻ കഴിഞ്ഞത്. ഞങ്ങളുടെ വീടുപണി കഴിയുന്നതിന് മുമ്പുതന്നെ ശ്രീധരേട്ടൻ സ്ഥലം വാങ്ങി വീട് വച്ച് താമസം മാറിയിരുന്നു. ഭാസ്കരനും സ്വന്തമായി വാങ്ങിയ സ്ഥലത്ത് വീട് വെച്ചു. വിശ്വംഭരന് ഞാൻ വാങ്ങിയിരുന്ന സ്ഥലം കൊടുത്തു. അവിടെ വീടും വെച്ചു. ഇളയ സഹോദരനായ സുകുമാരനും സ്വന്തമായി വാങ്ങിയ സ്ഥലത്ത് വീടുപണികഴിപ്പിച്ചു. തറവാട്ടിൽ അമ്മയും രാഘവേട്ടനും ജ്യേഷ്ഠത്തിയും അഞ്ചുമക്കളും ആണ് ഉണ്ടായിരുന്നത്. ജ്യേഷ്ഠന്റെ നാലുപെൺമക്കൾ ഓരോരുത്തരേയും നല്ല നിലയിൽ തന്നെ വിവാഹം ചെയ്തയച്ചു.

ഞങ്ങളുടെ വീടിന്റെ പാലുകാച്ചൽ 1982ലായിരുന്നു. ആനായ്ക്കൽ ചീരംകുളം ഭഗവതി ക്ഷേത്രത്തിന്റെ കിഴക്കേ നടയിലുള്ള റോഡിലാണ് വീട് സ്ഥിതിചെയ്യുന്നത്. വളരെ ആഘോഷപൂർവ്വം ആയ്യപ്പൻവിളക്ക് കഴിച്ചാണ് താമസം മാറിയത്. അഞ്ചു ബെഡ്റൂമുകളുള്ള ഇരുനിലകെട്ടിടമായിരുന്നു അത്. എല്ലാ സഹോദരങ്ങളും ഒത്തുചേർന്ന് ഒരു ദിവസം താമസിക്കേണ്ടിവന്നാൽ വിഷമിക്കരുതല്ലോ എന്നു കരുതിയാണ് വലിയ വീട് പണിതീർത്തത്. ഞങ്ങൾ നാട്ടിൽ വന്നുകഴിഞ്ഞാൽ അമ്മയും ജ്യേഷ്ഠന്മാരുടേയും അനുജന്മാരുടേയും മക്കൾ എല്ലാവരും ഞങ്ങളുടെ കൂടെയുണ്ടാകും. ആകെ ഒരു ഉത്സവത്തിന്റെ പ്രതീതിയാണ്. എല്ലാവരുമൊത്ത് സിനിമക്ക് പോകും. ഇഷ്ടപ്പെട്ട വിഭവങ്ങൾ എല്ലാവരേയും

സമൃദ്ധമായി ഊട്ടുക എന്നതാണ് ഞങ്ങൾ രണ്ടുപേരുടേയും സംതൃപ്തി. ഇന്നും അതിന് മാറ്റമൊന്നുമില്ല. നാട്ടിൽ വന്നാൽ വീട്ടിലെ ജോലിക്കാരും പറമ്പിലെ പണിക്കാരുമായി നിറയെ ആളുകളുണ്ടാകും. അവർക്കെല്ലാം വേണ്ടുവോളം ഭക്ഷണം കൊടുക്കുക എന്ന കാര്യത്തിൽ ഒരു വിട്ടുവീഴ്ചയുമില്ല. അന്നദാനം മഹാദാനം എന്ന മഹദ്വചനത്തിൽ ഞങ്ങൾ രണ്ടുപേരും അടിയുറച്ചുവിശ്വസിക്കുന്നു.

വിശ്വംഭരൻ അവന്റെ ഭാര്യ തങ്കമണിയെ ദുബായിൽ കൊണ്ടുവന്നു. അവർക്ക് രണ്ട് ആൺകുട്ടികളുണ്ടായിരുന്നു വിനയനും വിനീതും. മൂന്ന് വയസ്സ് പ്രായമേ അന്ന് അഭിലാഷിനുള്ളു. അവനെ നോക്കാൻ ആളില്ലാതായി. പതിമൂന്ന് വയസ്സുള്ള അനൂപ് അന്ന് ഇന്ത്യൻ സ്കൂളിൽ പഠിക്കുന്നു. ഞാനും ഭാര്യയും ഓഫീസിൽ പോയാൽ പിന്നെ കുട്ടി ഒറ്റക്കാകും. അനൂപ് സ്കൂളിൽ പോകുമ്പോൾ അടുത്തുള്ള വീട്ടുകാരുടേയും ഒരു സുഹൃത്തിന്റേയും സഹായം ഞാൻ തേടുമായിരുന്നു. ഓഫീസ് വളരെ അടുത്തായതിനാൽ ഞാൻ ഇടയ്ക്ക് വീട്ടിൽ വന്ന് ശ്രദ്ധിച്ചിരുന്നു.

ഉറ്റവരേയും ബന്ധുക്കളേയും കൊണ്ടുവന്ന് കൂടെ താമസിപ്പിച്ച് അവർക്ക് രക്ഷപ്പെടാൻ വഴിയൊരുക്കുന്ന കാര്യത്തിൽ ഞാൻ ശ്രദ്ധാലുവായിരുന്നു. അതുകൊണ്ടു തന്നെ മക്കളുടെ ജീവിതത്തിൽ സന്തോഷം കൊടുക്കാൻ പറ്റാതെ പോയിട്ടുമുണ്ട്. എന്നാൽ ആ സാഹചര്യത്തിലേക്ക് എന്നെ കൊണ്ടെത്തിച്ചതിന്റെ കാരണവും നിസ്സഹായാവസ്ഥയും മക്കൾ അറിയാതെ പോയി. കടം വാങ്ങി സ്ഥലം വാങ്ങിയതും വീടുവെച്ചതും വലിയ തെറ്റായിപ്പോയെന്ന് ചിലപ്പോൾ എനിക്ക് തോന്നാറുണ്ട്.

ദുബായിൽ നിന്നും തദ്ദേശീയരല്ലാത്തവർ പോകേണ്ടിവരുമെന്ന ഒരു തെറ്റായ ധാരണ അക്കാലത്ത് പരക്കെ ചർച്ചചെയ്യപ്പെട്ടിരുന്നു. ഇന്ന് പലരും ചെയ്യുന്നതുപോലെ നാളെയെക്കുറിച്ച് ചിന്തിക്കാതെ മക്കളേയും പഠിപ്പിച്ച് സുഖമായി ജീവിയ്ക്കാമായിരുന്നു. പക്ഷെ ഞങ്ങൾ ചിന്തിച്ചത് അങ്ങനെയല്ലായിരുന്നു. നമ്മൾ രക്ഷപ്പെടുന്നതോടൊപ്പം മറ്റുള്ളവരും രക്ഷപ്പെടണം എന്നാണ് ആഗ്രഹിച്ചത്. ഞങ്ങളുടെ സഹായം ഒരു കൈത്താങ്ങ് അത് എല്ലാവരും പരമാവധി മുതലാക്കുകയും ചെയ്തു.

ചീരംകുളം ഭഗവതിക്ഷേത്രം

വീടുപണിയും തുടർന്നുള്ള ജീവിതവും ഓർക്കുമ്പോൾ ചീരംകുളം ശ്രീ ഭഗവതിക്ഷേത്രത്തെ മറക്കാനാവില്ല. പുതിയ വീട്ടിലേയ്ക്ക് താമസം മാറ്റിയതിനുശേഷം തറവാട്ടിലും പരിസരത്തുമുള്ളവരെ കാണുന്നതിനും അതിനോട് ബന്ധപ്പെട്ട ക്ഷേത്രങ്ങളിലേയ്ക്ക് പോകുവാനും പരിമിതികൾ ഉണ്ടായി. കാരണം അവിടെനിന്നും ഏകദേശം മൂന്ന് കിലോമീറ്റർ ദൂരം കാണും. നാട്ടിലെത്തിയാൽ ഒരു തവണ മണപ്പുള്ളിക്കാവിലും മറ്റ് ക്ഷേത്രങ്ങളിലും ദർശനം നടത്തും. അതുപോലെ ഉത്സവത്തിനും എത്തും. മണപ്പുള്ളിക്കാവ് ഉത്സവത്തിന് ഇന്നും ഒരു മുടക്കവും വരുത്താതെ വേണ്ടതെല്ലാം ചെയ്യാൻ ശ്രമിക്കാറുണ്ട്.

ഞങ്ങൾക്കും ചീരംകുളം ഭഗവതിക്കും പറഞ്ഞറിയിക്കാനാകാത്ത വിധം ഒരു ആത്മീയ ബന്ധം ഉണ്ടെന്ന് പലപ്പോഴും തോന്നിയിട്ടുണ്ട്. അനുഭവങ്ങൾ വെച്ചു നോക്കിയാൽ ദേവിയാണ് തറവാട്ടിൽനിന്നും ഞങ്ങളെ ഇങ്ങോട്ടു കൊണ്ടുവന്നതെന്ന് പറയാം. എപ്പോൾ മനസ്സുകൊണ്ട് അറിഞ്ഞുവിളിക്കുന്നുവോ അപ്പോഴെല്ലാം ദേവിയുടെ അനുഗ്രഹം ഓടിയെത്താറുണ്ട്. 1993-ൽ സ്വന്തമായി കമ്പനി തുടങ്ങിയശേഷം എല്ലാവർഷവും ഉത്സവത്തിന് നാട്ടിൽ വരാറുണ്ട്. ലീവ് ഒരു പ്രശ്നമല്ലാത്തതിനാലും കുട്ടികളുടെ വിദ്യാഭ്യാസം കഴിഞ്ഞതിനാലും എല്ലാ ജനുവരി മാസങ്ങളിലും മുടങ്ങാതെ നാട്ടിൽ എത്തും.

മകരമാസത്തിലെ അവസാനത്തെ ഞായറാഴ്ചയാണ് ചീരംകുളം ഭഗവതിക്ഷേത്രത്തിലെ ഉത്സവം നടത്തിവരാറുള്ളത്. വ്യാപാരകേന്ദ്രമായ കുന്നംകുളത്തിനടുത്ത് കിടക്കുന്നതിനാലും എല്ലാവ്യാപാര സ്ഥാപനങ്ങൾക്കും അവധി ദിവസമായതിനാലുമാണ് ഉത്സവം ഞായറാഴ്ചകളിൽ നടത്തുന്നത്. മുൻകാലങ്ങളിലെല്ലാം മൂന്നും അഞ്ചും ആനകളാണ് ഉണ്ടായിരുന്നത്. അന്ന് നാടൻ കലകൾക്കാണ് പ്രാധാന്യം കൊടുത്തിരുന്നത്.

ഉത്സവത്തിന് ഒരുമാസം മുമ്പുതന്നെ (ധനുമാസം) ദേവിയുടെ ശ്രീമൂലസ്ഥാനമായ പാനപറമ്പിൽ 21 ദിവസം നീണ്ടുനിൽക്കുന്ന പാന നടത്തിവരാറുണ്ട്. ദേവിപ്രീതിക്കായി നടത്തുന്ന ഈ വഴിപാടിന്റെ എണ്ണം

ചീരംകുളം ഭഗവതി ക്ഷേത്രം അന്ന്

കൂടുമ്പോൾ 21 ദിവസമെന്നത് വർദ്ധിപ്പിക്കുകയും ചെയ്യാറുണ്ട്. മകരമാസത്തിലെ ആദ്യത്തെ ചൊവ്വാഴ്ച - മകരചൊവ്വ (പൊങ്കാല) ആചരിക്കുന്നു. മുഴുവൻ സ്ത്രീകളും വ്രതം അനുഷ്ഠിച്ച് അടുത്ത ദിവസം കാലത്ത് 9 മണി മുതൽ ക്ഷേത്രസന്നിധിയിൽ അരിയും ശർക്കരയും നാളികേരവുമായി പുത്തൻകലത്തിൽ പൊങ്കാല സമർപ്പിക്കാനെത്തുന്നു. ദേവിയുടെ അനുഗ്രഹാശിസ്സുകൾ ലഭിക്കുന്നതിന് ഇതൊരു പ്രത്യേക വഴിപാടാണ്.

മകരചൊവ്വ കഴിഞ്ഞതിന്റെ പിറ്റേ ദിവസം തുടങ്ങി വാദ്യക്കാരും വെളിച്ചപ്പാടും ഊരാളന്മാരും ചേർന്ന് മുൻകൂട്ടി നിശ്ചയിച്ച തിയതി അനുസരിച്ച് വീടുകൾ തോറും ചെന്ന് പറ സ്വീകരിക്കുന്നു. പറ സ്വീകരിക്കാൻ പോകുന്ന വീടുകളിൽ പറ നിറക്കാൻ സാധിക്കാത്തവർക്ക് ഉത്സവദിവസം ക്ഷേത്രനടയിൽ സൗകര്യം ചെയ്തുകൊടുക്കുന്നു.

ചീരംകുളം ക്ഷേത്രത്തിന്റെ ഭരണസമിതിയും അതിന്റെ ഉത്തരവാദപ്പെട്ട ഭരണാധികാരികളും ചേർന്ന് തീരുമാനിക്കുന്നതനുസരിച്ചാണ് ക്ഷേത്രത്തിലെ ചടങ്ങുകൾ സുഗമമായി മുന്നോട്ട് പോകുന്നത്.

ഉത്സവാഘോഷങ്ങളിൽ പ്രാധാന പങ്കുവഹിക്കാൻ കഴിഞ്ഞതും കമ്പനികാര്യങ്ങൾ സുഗമമായി മുന്നോട്ടു പോകുന്നതും ദേവീയുടെ അനുഗ്രഹത്താൽ മാത്രമാണെന്ന് ഞാൻ ഉറച്ച് വിശ്വസിക്കുന്നു. നാട്ടിൽനി

ന്നും കൊണ്ടുപോയവരും അല്ലാത്തവരുമായ എല്ലാ സ്റ്റാഫിനും ചീരം കുളം ഭഗവതിയിൽ വിശ്വാസമായിരുന്നു. ആ വിശ്വാസത്താലും അനു ഗ്രഹത്താലും ഇന്നേവരെ ഗൗരവമായുള്ള ഒരപകടവും JBCയിൽ ഉണ്ടാ യിട്ടില്ല. കമ്പനി ജീവനക്കാർ പോകുമ്പോൾ വണ്ടികൾ ചെറിയ അപക ടങ്ങളിൽ പെടാറുണ്ടെങ്കിലും അത് വാഹനത്തിന് കാര്യമായി നാശമു ണ്ടാക്കുന്നതോ ജോലിക്കാരുടെ അപായത്തിന് കാരണമാകുന്നതോ ആ യിരുന്നില്ല.

പതിനേഴ് വർഷം തുടർച്ചയായി ചീരംകുളം ഉത്സവത്തിന്റെ വെടി ക്കെട്ട്, അലങ്കാരപ്പന്തലുകൾ എന്നിവ JBCയുടെ സ്പോൺസർഷിപ്പിലാ ണ് നടന്നുവരുന്നത്. വെടിക്കെട്ട് നിരോധിച്ചപ്പോൾ ഗോപുര അലങ്കാര വും ക്ഷേത്രാലങ്കാരവും ചെയ്തുവരുന്നു. ഇതിനെല്ലാമുപരിയായി ദേ വിയുടെ അനുഗ്രഹം അനുഭവപ്പെട്ട ചില സന്ദർഭങ്ങളും ജീവിതത്തിലു ണ്ടായിട്ടുണ്ട്.

ഞാൻ കാനു ഗ്രൂപ്പ് ഷിപ്പിംഗ് കമ്പനിയിൽ ജോലി ചെയ്തുകൊണ്ടി രുന്ന കാലം. ഒരു ചെറിയ അബദ്ധം പറ്റി. അതിന്റെ പേരിൽ ജോലി ന ഷ്ടപ്പെടുന്ന അവസ്ഥയായി. വേറെ വഴിയൊന്നുമില്ല, ചീരംകുളം ഭഗവ തിയേയും കീഴ്ക്കാവിലമ്മയേയും ഉള്ളുരുകി വിളിച്ചു പ്രാർത്ഥിച്ചു. ദേ വിയുടെ അനുഗ്രഹത്താൽ യാതൊരു കുറ്റവിചാരണയും ഇല്ലാതെ ആ ഘട്ടം തരണം ചെയ്യാനായി.

ഇതുപോലെ മറ്റൊരനുഭവമാണ് രണ്ടാമത്തെ മകൻ അഭിലാഷുമാ യി ബന്ധപ്പെട്ടുണ്ടായത്. അഭിലാഷ് ചിന്മയ വിദ്യാലയത്തിൽ ഒമ്പതാം ക്ലാസിൽ പഠിക്കുമ്പോൾ ചെറിയ മാർക്കിന്റെ കുറവിനാൽ അവന്റെ പ്ര മോഷൻ തടഞ്ഞു. അന്ന്ചീരംകുളം ക്ഷേത്രത്തിൽ ചുറ്റുവിളക്ക് നടക്കു കയാണ്. അഭിലാഷ് കരഞ്ഞ് സങ്കടത്തോടെ ദേവിയുടെ നടയ്ക്കൽ പോ യി തൊഴുതുനിന്നു. അച്യുതൻ വെളിച്ചപ്പാടായിരുന്നു കോമരം. കോമ രം ദേവിയായി പ്രത്യക്ഷപ്പെട്ട് പുറത്തേയ്ക്ക് വന്നു. എല്ലാവർക്കും കൽ പ്പന കൊടുത്തുകഴിഞ്ഞു. അതിനുശേഷം പുറത്തു നിന്നിരുന്ന അഭിലാ ഷിനെ വാളുകൊണ്ട് മാടി വിളിച്ചു. എന്നിട്ട് പറഞ്ഞു, “കുട്ടി സങ്കടപ്പെ ടേണ്ട, എല്ലാം മംഗളമാകും” അന്നു മുതൽ അഭിലാഷിന് ഭഗവതിയിൽ വലിയ വിശ്വാസമാണ്.

1982-ൽ ഞങ്ങൾ പണികഴിച്ച വീട് ചെറിയ മുറികളുള്ളതും ചിതൽ ശല്യമുള്ളതുമായിരുന്നു. ചിതൽ ശല്യം കൂടിയപ്പോൾ പൊളിച്ചു പണി യാൻ തീരുമാനിച്ചു. വീട് പൊളിച്ചുതുടങ്ങിയപ്പോൾ ഉദ്ദേശിച്ചപോലെ വീടിന്റെ പണി തടസ്സങ്ങൾ ഇല്ലാതെ നിറവേറ്റാൻ അനുഗ്രഹിക്കണമെ

ന്ന് ഞാൻ ദേവിയോട് പ്രാർത്ഥിച്ചു. അന്ന് ദേവീക്ഷേത്രത്തിലേയ്ക്ക് നിവേദ്യം പാകം ചെയ്യുന്ന തിടപ്പള്ളി വളരെ ശോചനീയമായ അവസ്ഥയിലായിരുന്നു. വിടിന്റെ പണി തുടങ്ങുന്നതിനു മുൻപു തന്നെ ക്ഷേത്രത്തിലെ തിടപ്പള്ളി പൊളിച്ച് പുതുക്കി പണിത് സമർപ്പിച്ചു. അതുപോലെ താഴെക്കാവിലും ചാത്തൻ തറയിലും വർഷക്കാലത്ത് ഭക്തർക്ക് നിന്ന് തൊഴുവാൻ പറ്റുന്ന രീതിയിൽ നടപ്പുര പണിതുകൊടുത്തു.

രണ്ടാമത്തെ മകൻ അഭിലാഷിന്റെ വിവാഹം നിശ്ചയിച്ച സമയത്താണ് വീട് പണി തുടങ്ങിയത്. ഒരു വർഷം കൊണ്ട് വീടിന്റെ പണി പൂർത്തീകരിച്ചു. വീടുപണിക്ക് ആവശ്യമായ എല്ലാ സാധനങ്ങളും ഗൾഫിൽ നിന്നും വാങ്ങി രണ്ട് കണ്ടെയിനറുകളിലായി കൊച്ചി തുറമുഖത്തേക്ക് എത്തിക്കുകയും അവിടെ നിന്ന് 5 വലിയ ട്രക്കുകളിലായി ഇവിടേയ്ക്ക് എത്തിക്കുകയുമാണ് ചെയ്തത്. മഴക്കാലത്താണ് ഇതെല്ലാം എത്തിയത്. രാത്രി വണ്ടികളെല്ലാം ക്ഷേത്രമൈതാനത്ത് പാർക്ക് ചെയ്ത് പിറ്റേന്നാളാണ് ക്രെയിൻ ഉപയോഗിച്ച് ഇറക്കിയത്. ശക്തമായ മഴപെയ്യാനുള്ള എല്ലാ സാധ്യതയും അപ്പോൾ ഉണ്ടായിരുന്നു. എന്നാൽ ദേവിയുടെ അനുഗ്രഹത്താൽ എല്ലാം ഇറക്കി യഥാസ്ഥാനങ്ങളിൽ വെച്ച ശേഷമാണ് മഴ പെയ്തത്. പിന്നീട് ആ മഴ രണ്ടുദിവസം തോരാതെ പെയ്യുകയും ചെയ്തു. ഇങ്ങനെ സംഭവിച്ചതിനു പിന്നിൽ ഏതോ ഒരു വലിയ ശക്തി പ്രവർത്തിച്ചിരുന്നു എന്നും ദേവിയുടെ അനുഗ്രഹം എപ്പോഴും കിട്ടിയിരുന്നു എന്നും ഞാൻ വിശ്വസിക്കുന്നു.

ക്ഷേത്രത്തിലേയ്ക്ക് ചെയ്യുന്നതുപോലെതന്നെ ബന്ധുക്കളേയും പരിചയക്കാരേയും സന്തോഷിപ്പിക്കുന്നതിലും ഞങ്ങൾ ശ്രദ്ധിച്ചിരുന്നു. ഞങ്ങൾ നാൽപത്തിയാറ് വർഷം മുമ്പ് ദുബായിൽ എത്തുമ്പോൾ അത്ര വലിയ മോഹങ്ങളും പ്രതീക്ഷകളും ഒന്നും ഇല്ലായിരുന്നു. പത്ത് സെന്റ് സ്ഥലം വേണം, അതിലൊരു ചെറിയ വീട് വേണം. അത്രയേ ഉണ്ടായിരുന്നുള്ളു അന്നത്തെ മോഹം. കാരണം നീണ്ട പന്ത്രണ്ടുവർഷം ബോംബെയിൽ ജോലിചെയ്ത് ഒന്നും നേടാതെ നാട്ടിൽ തിരിച്ചെത്തിയ ഞങ്ങൾ അന്ന് പലരുടേയും മുന്നിൽ പരിഹാസ്യകഥാപാത്രങ്ങളായിരുന്നു. സ്വന്തം കഴിവ് തെളിയിച്ച് സമൂഹത്തിന് മുന്നിൽ നിവർന്ന് നിൽക്കണം എന്നതു മാത്രമായിരുന്നു അന്നത്തെ ചിന്ത.

അക്കാലത്ത് ദുബായിൽ നിന്ന് വരുമ്പോൾ പെട്ടി നിറച്ച് പലതരം സാധനങ്ങൾ കൊണ്ടുവരുമായിരുന്നു. എല്ലാം ബന്ധുമിത്രാദികൾക്ക് കൊടുത്ത് സ്നേഹം പങ്കുവെയ്ക്കാനായിരുന്നു. ഷർട്ടിന്റേയും ബ്ലൗസിന്റേയും തുണി, കുട്ടികളുടെ കളിപ്പാട്ടങ്ങൾ, സിഗരറ്റ്, സിഗരറ്റ്ലൈറ്റർ, ടോർ

ഉത്സവത്തിന്റെ മേളങ്ങൾ... ആനന്ദത്തിന്റെ നാളുകൾ

ച്ച്, ടേപ്റെക്കോർഡർ, തലവേദന ശമിപ്പിക്കുന്ന ടൈഗർബാം, പലതരം മിഠായികൾ, സാരികൾ, സ്ത്രീ പുരുഷന്മാർക്കായുള്ള പ്രത്യേക കുടകൾ, തുടങ്ങിയ സാധനങ്ങളാണ് കൊണ്ടുവരിക. ഇന്ന് നമ്മുടെ നാട്ടിൽ കിട്ടുന്ന 5 രൂപയുടെ ബാൾ പെൻ വരെ അന്ന് ഇവിടെ അപൂർവ്വ വസ്തുവായിരുന്നു. അതിനെ അന്ന് ഫോറിൻ പേന എന്നാണ് പറയുക. വിദേശ നിർമ്മിത വസ്തുക്കൾ നാട്ടിൽ വിരളമായാണ് കിട്ടിയിരുന്നത്. അതുകൊണ്ടുതന്നെ ഞങ്ങൾ നാട്ടിൽ വരുന്നത് ഉറ്റവരും ഉടയവരുമെല്ലാം കാത്തിരിക്കും. ലീവിന് നാട്ടിലെത്തിയാൽ ആദ്യത്തെ ഒന്നോ രണ്ടോ ആഴ്ച തുണികൾ മുറിക്കലും പങ്കുവെയ്ക്കലുമായി കഴിഞ്ഞുപോകും. അന്ന് തുണികൾ ടാക്ക കണക്കിന് വാങ്ങിയാണ് കൊണ്ടുവരിക. നാട്ടിലേയ്ക്ക് വരുന്നതിന്റെ ഒരു മാസം മുന്നെത്തന്നെ ഈ സാധനങ്ങൾ ഓരോന്നായി വാങ്ങിക്കൂട്ടാൻ തുടങ്ങും. ഇന്നുള്ളതു പോലെ ഷോപ്പിംഗ് മാളുകൾ അന്നില്ല. എല്ലാം ചെറിയ കടകളായിരുന്നു ദുബായിൽ. അവ മിക്കവാറും മലയാളികൾ നടത്തുന്നവയായിരിക്കും. ഓരോ ദിവസവും ഞങ്ങൾ ഇപ്രകാരം സാധനങ്ങൾ വാങ്ങി സഞ്ചിയിലിട്ട് രണ്ടുകയ്യിലും തൂക്കിപ്പിടിച്ച് കിലോമീറ്ററുകളോളം നടന്നാണ് റൂമിൽ എത്തുക. സാധനങ്ങൾ വാങ്ങുന്നതിന് പണം കൊടുക്കുന്നതിലുപരി അത് വാങ്ങി പാക്ക് ചെയ്ത് ഇങ്ങോട്ട് കൊണ്ടുവന്ന് ഓരോരുത്തർക്കും കൊടുക്കുക എന്നത് വലിയ പണിതന്നെയാണ്. അന്ന് ഞങ്ങളിൽ നിന്ന് വാങ്ങി ഉപയോഗിച്ചവർക്ക് അറിയാം, അതിന്റെ വില. ഇക്കാലത്ത് അതിന് പകരം വെയ്ക്കാൻ ഒന്നും തന്നെയില്ല എന്നതാണ് സത്യം. ഇക്കാലത്ത് എല്ലാവിധ സൗകര്യത്തിലും പ്രതാപത്തിലും ജീവിക്കുമ്പോൾ കഴിഞ്ഞുപോയ ആ ചെറിയ ജീവിതത്തിലേയ്ക്ക് ഒന്ന് എത്തിനോക്കുന്നവർ എത്രയുണ്ട്? ഭഗവതിയ്ക്ക് നൽകും പോലെത്തന്നെ മനുഷ്യർക്കും നല്കാൻ കഴിഞ്ഞ എന്റെയും നളിനിയുടേയും മനസ്സും പ്രവൃത്തിയും തന്നെയായിരിക്കാം ദൈവം ഞങ്ങൾക്ക് അനുഗ്രഹിച്ചുതന്ന എല്ലാ സൗഭാഗ്യങ്ങൾക്കും കാരണം.

അവസ്ഥാന്തരങ്ങൾ

ഭൂമി അതിന്റെ അച്ചുതണ്ടിൽ ഭ്രമണം ചെയ്തുകൊണ്ടേയിരിക്കുന്നു. തന്മൂലം കാലമുണ്ടാകുന്നു, കാലാവസ്ഥയുണ്ടാകുന്നു. ചാക്രികമായ ആ ചലനത്തിലൂടെ അവസ്ഥാന്തരങ്ങളും അവയുടെ ആവർത്തനവും നമുക്ക് അനുഭവവേദ്യമാകുന്നു. ഭൂമിയുടെ ഈ താളക്രമം പ്രകൃതിയുൾക്കൊള്ളുന്ന എല്ലാ ജീവജാലങ്ങളിലും പ്രതിഫലിക്കുന്നതുകാണാം. നമ്മുടെ ജീവിതത്തിലുണ്ടാകുന്ന ഏതൊരു മാറ്റവും പ്രകൃതി നിശ്ചയമാണെന്ന് പറയുന്നതിന്റെ പൊരുളും ഇതുതന്നെ.

ജ്യേഷ്ഠന്റെ മകൻ പുഷ്പരാജന്റെ വിവാഹം ഞങ്ങൾ പണികഴിപ്പിച്ച വീട്ടിൽ വച്ചായിരുന്നു. അത് 1984ലായിരുന്നു. തറവാട്ടിലെ സ്ഥലസൗകര്യം വളരെ പരിമിതമായിരുന്നതുകൊണ്ടാണ് അങ്ങനെയൊരു തീരുമാനമെടുത്തത്. വർഷങ്ങൾ പിന്നിട്ടു. ദുബായിലെ ഇന്ത്യൻ സ്കൂളിൽ പഠിച്ചിരുന്ന മകൻ അനൂപ് 1986ൽ അവന്റെ 12-ാംക്ലാസ് പഠനം പൂർത്തിയാക്കി. ഉന്നതപഠനത്തിനുള്ള സംവിധാനങ്ങളൊന്നും അക്കാലത്ത് ദുബായിലില്ലായിരുന്നു. അതുകൊണ്ട് നാട്ടിലേക്ക് പോകേണ്ടിവന്നു. മകനെ ഒരു ഡോക്ടർ ആക്കണം എന്നതായിരുന്നു ഞങ്ങളുടെ ആഗ്രഹം. തീവ്രമായ ചില അനുഭവപാഠങ്ങൾ തന്നെയായിരുന്നു അതിനു പ്രധാനകാരണം. ചെറുപ്പത്തിൽ ഒരു ഡോക്ടറുടെ വില എന്താണെന്നും എത്രത്തോളമാണെന്നും അനുഭവിച്ചറിഞ്ഞിട്ടുള്ള ഒരാളാണ് ഞാൻ. സാധാരണക്കാരനെ സംബന്ധിച്ചിടത്തോളം ആധുനിക വൈദ്യശാസ്ത്രവും ഡോക്ടറുമൊക്കെ അപ്രാപ്യമായ ഒരു കാലഘട്ടമുണ്ടായിരുന്നു. ഒരിക്കൽ അനൂപിന് രണ്ടുവയസ്സുള്ളപ്പോൾ വയറുവേദനകൊണ്ട് നിർത്താതെ നിലവിളിച്ചുകൊണ്ടിരുന്നു. അന്ന് ഡോക്ടറെ കാണണമെങ്കിൽ അഞ്ചുകിലോമീറ്റർ ദൂരം താണ്ടി കുന്നംകുളം വരെ പോകണമായിരുന്നു. മകനേയും എടുത്ത് അത്രയും ദൂരം നടന്നുപോയത് ഇന്നലെ എന്നപോലെ മനസ്സിലുണ്ട്. അതുകൊണ്ടുതന്നെയാണ് മകൻ പഠിച്ച് പാവങ്ങൾക്ക് താങ്ങും തണലുമായി സഹാനുഭൂതിയോടെ പ്രവർത്തിക്കുന്ന ഡോക്ടർ ആകണം എന്ന് ആഗ്രഹിച്ചതും അതിനുവേണ്ടി യത്നിച്ചതും.

അങ്ങനെ ബാംഗ്ലൂരിനടുത്ത് ബീജാപ്പൂരിലെ ബി.എൽ.ഡി.ഇ. മെഡിക്കൽ കോളേജിൽ അഡ്മിഷൻ നേടി. കോളേജിൽ അഡ്മിഷൻ വാങ്ങുന്നതിനും സീറ്റു ശരിയാക്കുന്നതിനുമായി നളിനി സിറ്റിബാങ്കിലെ ജോലി രാജിവെച്ച് നാട്ടിൽപോകാൻ തീരുമാനിച്ചു. നളിനിയേയും മക്കളേയും കൂട്ടി ടി.ആർ. (Transfer of residence) അടിച്ച് നാട്ടിലേക്കയച്ചു. ഒരു 40 FT കണ്ടെയ്നർ നിറയെ വീട്ടുപകരണങ്ങളും മറ്റു ഫർണീച്ചറുകളും മദ്രാസ് തുറമുഖത്തേക്ക് കപ്പൽമാർഗ്ഗം എത്തിക്കാൻ ഏർപ്പാടാക്കി. ടി.ആർ. ഫെസിലിറ്റി വഴി ഡ്യൂട്ടി ഇളവുണ്ടായിരുന്നത് കഴിച്ചുള്ള തുകയടച്ച് ക്ലിയർ ചെയ്ത സാധനങ്ങൾ ട്രക്കുകൾ വഴി നാട്ടിലെത്തിക്കുകയാണുണ്ടായത്. മൂത്തമകനെ മെഡിസിന് ചേർത്തതിനൊടൊപ്പം താഴെയുള്ള ആളെ തൃശ്ശൂർ ചിന്മയവിദ്യാലയത്തിൽ ബോർഡിങ്ങിലാക്കി.

കാനുഗ്രൂപ്പിൽ മാറ്റങ്ങൾ പലതും നടക്കുന്നുണ്ടായിരുന്നു. Jack Meredith എന്ന മാനേജർ ജോലി രാജിവെച്ചു. പുതിയ മാനേജർ ചാർജ്ജെടുത്തു. കെ.ആർ.ടി.യുടെ അസിസ്റ്റന്റ് മാനേജരായി ഞാൻ തുടർന്നു. എന്തോ, പുതിയ മാനേജരുമായി പൊരുത്തപ്പെട്ടു പോകാൻ ഏറെ പ്രയാസപ്പെടേണ്ടിവന്നു. കെ.ആർ.റ്റിക്ക് രൂപം കൊടുത്തത് Jack Meredithഉം ഞാനും ചേർന്നായിരുന്നു. അതൊന്നും പരിഗണിക്കാതെയുള്ള മാറ്റങ്ങളും അഴിച്ചുപണികളുമാണ് നടപ്പിലാക്കിക്കൊണ്ടിരുന്നത്. മാനസികമായ പിരിമുറുക്കങ്ങളുടേയും പ്രയാസങ്ങളുടേയും സമയമായിരുന്നു അത്.

ജുമ അഹമ്മദ് ബെൽ റാഫിയ എന്നു പേരുള്ള ഒരു അറബിയായിരുന്നു അന്ന് മസ്ക്കത്തിലേക്ക് കാർഗോ അയ്ക്കുന്നതിന് ആവശ്യമായ ട്രക്കുകൾ തന്നിരുന്നത്. അദ്ദേഹവും ഞാനുമായി വളരെ സൗഹൃദമായിരുന്നു. അദ്ദേഹത്തിനോട് പറഞ്ഞ് ക്ലിയറിങ്ങ് ആന്റ് ഫോർവേഡിങ്ങിന്റെ ലൈസൻസ് എടുക്കാൻ തീരുമാനിച്ചു. ടി.ആർ. കാലാവധി കഴിഞ്ഞപ്പോൾ നളിനിയെ വീണ്ടും ദുബായിലേക്ക് കൊണ്ടുവന്നു. കമ്പനിയിലെ സ്ഥിതിഗതികളും സംഭവവികാസങ്ങളുമൊക്കെ എന്നിലുണ്ടാക്കിയ മാനസികസംഘർഷങ്ങൾ നളിനിയേയും വല്ലാതെ വിഷമിപ്പിച്ചു. നമുക്ക് സ്വന്തമായി എന്തെങ്കിലും തുടങ്ങാം എന്ന ആശയം അവതരിപ്പിച്ചുകൊണ്ട് നളിനി മുന്നോട്ടുപോകാൻ പ്രേരിപ്പിക്കുകയും ആത്മധൈര്യം പകർന്നുതരികയും ചെയ്തു. കാനു ഗ്രൂപ്പിന്റെ ഓണർ യൂസഫ് കാനുവിന്റെ പി.എ. ആയിരുന്ന മി. നാരായണൻകുട്ടി എന്ന വ്യക്തിയും എനിക്ക് പ്രോത്സാഹനവും പ്രചോദനവും പകർന്നുതന്നവരിൽ പ്രധാനിയാണ്. എന്റെ ജീവിതത്തിലെ ഏറ്റവും നിർണ്ണായകമായ ഒരു നീക്കം

നടന്നു. അങ്ങിനെ 1992ൽ പത്തൊമ്പതു വർഷത്തോളം കാനുഗ്രൂപ്പിൽ അനുഷ്ഠിച്ചുവന്നിരുന്ന ഔദ്യോഗിക സേവനത്തിന് വിരാമമായി.

ജുമ എന്ന അറബി സുഹൃത്തിന്റെ സഹായത്താൽ No Entry ഇല്ലാതെ തന്നെ വിസ ക്യാൻസൽ ചെയ്യാൻ കഴിഞ്ഞു. അന്ന് കമ്പനി മാറുന്നതിന് കർശനമായ ചില നിയമങ്ങൾ ഉണ്ടായിരുന്നു. റിസൈൻ ചെയ്താൽ ആറുമാസത്തേക്ക് No Entry (പ്രവേശനനിരോധനം) അടിക്കും. അതുപോലെ മറ്റൊരു കമ്പനിയിൽ ജോലിക്കുപോകണമെങ്കിൽ രണ്ടു കമ്പനികളും തമ്മിൽ എഗ്രിമെന്റ് ഒപ്പുവെക്കേണ്ടതുണ്ട്. കമ്പനിയുടെ N.O.C. (No Objection Certificate) വേണം. ഇതെല്ലാം ലേബർ ഓഫീസിൽ പോയി അറ്റസ്റ്റ് ചെയ്യിക്കുകയും വേണം. ഇന്നിപ്പോൾ അങ്ങനെയുള്ള നിയമങ്ങൾക്കെല്ലാം ഇളവുകൾ വന്നിരിക്കുന്നു. ആർക്കും എപ്പോൾ വേണമെങ്കിലും വിട്ടുപോകാം, ജോലിയിൽ പ്രവേശിക്കാം എന്ന അവസ്ഥ വന്നിരിക്കുന്നു. സ്വന്തമായി കമ്പനി തുടങ്ങണമെങ്കിൽ അതിനും സാധ്യതകളേറെ. ഇതുകൊണ്ടുതന്നെ പല പഴയകാല സ്ഥാപനങ്ങളും വിഷമത്തിലാണ്. അനുഭവസമ്പന്നരായ ജോലിക്കാർ വിട്ടുപോകുമ്പോൾ അത് കമ്പനിയുടെ നിലനിൽപ്പിനെത്തന്നെ കാര്യമായി ബാധിക്കുന്നുണ്ട്.

ജോലി രാജിവെച്ച് നാട്ടിൽപോയ ഞാൻ 1993 ഏപ്രിൽ മാസത്തിൽ ദുബായിൽ തിരിച്ചെത്തി. ഇതിനോടകം എന്റെ പാർട്ടണർ ആയ ജുമ ക്ലിയറിങ് ആന്റ് ഫോർവേഡിങ് കമ്പനിക്കുള്ള പേപ്പർവർക്കെല്ലാം ചെയ്തു വച്ചിരുന്നു. ദുബായിലെ കരാമ എന്ന സ്ഥലത്ത് ഒരു ഒറ്റ ഷട്ടറുള്ള ഷോപ്പും രണ്ട് ട്രക്കുകളും വാടകയ്ക്കെടുത്ത് 1993 ജൂലൈ മാസം പന്ത്രണ്ടാം തിയതി കമ്പനി പ്രവർത്തനം ആരംഭിച്ചു.

തുടക്കത്തിൽ ഞാനും നളിനിയും ഒരു ഓഫീസ് ബോയിയും രണ്ട് ഡ്രൈവർമാരുമടക്കം അഞ്ചുപേരാണ് സ്റ്റാഫ് ആയി ഉണ്ടായിരുന്നത്. ബിസിനസ്സ് തുടങ്ങാനാവശ്യമായ പൈസ തികയാതെവന്നപ്പോൾ ജുമയുടെ സുഹൃത്തായ അബ്ദുൾകരീം എന്ന ഒരു അറബിയെക്കൂടി മൂന്നാമത്തെ പാർട്ടണർ ആക്കി ചേർത്തു. ജ്യേഷ്ഠന്റെ മകൻ പുഷ്പരാജൻ അന്ന് കെ.ആർ.ടിയുടെ അബുദാബി ബ്രാഞ്ചിൽ ജോലിചെയ്തു വരികയായിരുന്നു. ഒരു വർഷത്തിനുശേഷം റിസൈൻ ചെയ്ത് പുഷ്പരാജനും ഞങ്ങളോടുകൂടി ചേർന്നു. അങ്ങനെ പുഷ്പരാജനെ നാലാമത്തെ പാർട്ടണർ ആക്കി. കൂടാതെ സഹോദരിപുത്രിയുടെ ഭർത്താവ് രവിയെക്കൂടി അഞ്ചാമത്തെ പാർട്ണറുമാക്കി. അങ്ങിനെ അഞ്ചു പാർട്ണർമാരുള്ള JBC EXPRESS FRIEGHT എന്ന കമ്പനി രൂപം കൊണ്ടു.

നളിനിയും ഞാനും മാത്രമായിരുന്നു തുടക്കത്തിൽ ഓഫീസിൽ ജോലി ചെയ്തിരുന്നത്. നളിനി കസ്റ്റമേഴ്സിന് JBC യെ ഫാക്സ് വഴി പരിചയപ്പെടുത്തും. ഞാൻ ഫോണിൽ വിളിച്ച് സെയിൽസ് നടത്തുകയും ചെയ്യും. ഇതാണ് തുടക്കം. ആദ്യമൊക്കെ ഞങ്ങൾ രണ്ടുപേരും 12 മുതൽ 14 മണിക്കൂർ വരെ ഓഫീസിൽ ജോലിചെയ്തുകൊണ്ടിരുന്നു. വർഷങ്ങൾ പിന്നിട്ടപ്പോൾ അദ്ധ്വാനത്തിന്റെ ഫലം കണ്ടുതുടങ്ങി. കരാമയിൽ നിന്നും റാഷിദിയായിലേക്കു ഓഫീസ് മാറ്റിസ്ഥാപിച്ചു. അതും ഒരു വെയർ ഹൗസിന്റെ ചെറിയഭാഗം മാത്രം.

ഒരു വർഷത്തിനുശേഷം ജ്യേഷ്ഠന്റെ മകൻ പുഷ്പരാജൻ ജോയിൻ ചെയ്ത് ഞങ്ങളെല്ലാവരും ചേർന്ന് അതികഠിനമായി ആത്മാർത്ഥതയോടെ അദ്ധ്വാനിച്ചതിന്റെ ഫലമായിട്ടാണ് JBC, ഇന്നത്തെ അറിയപ്പെടുന്ന ലോജിസ്റ്റിക് & ഫ്രൈറ്റ് ഫോർവേഡിങ് കമ്പനിയായി ഉയർന്നത്. പ്രത്യേകിച്ച് പുഷ്പരാജൻ ഇക്കാര്യത്തിൽ സുപ്രധാനമായ പങ്കുവഹിച്ചിട്ടുണ്ടെന്ന് പറയാതിരിക്കാനാവില്ല.

ഞങ്ങൾ നാട്ടിൽ നിന്നും കൊണ്ടുവന്ന ജോലിക്കാരും ഇവിടെ കാനു - കെ.ആർ.ടിയിൽ നിന്ന് പിരിഞ്ഞ് പോന്ന് ഞങ്ങളോടൊപ്പം ചേർന്നവരുംകൂടി അഹോരാത്രം പത്തും പന്ത്രണ്ടും മണിക്കൂർ ജോലി ചെയ്ത് സഹകരിച്ചതിന്റെ, ഒരു ടീം സ്പിരിറ്റിൽ പ്രവർത്തിച്ചതിന്റെ പരിണത ഫലമാണ് JBC എന്നതിൽ യാതൊരു സംശയവുമില്ല. ഇന്ന് JBC യുഎഇയിലും മസ്ക്കത്തിലും അറിയപ്പെടുന്ന ലോജിസ്റ്റിക് & ഫ്രൈറ്റ് ഫോർവേഡിങ് കമ്പനിയായി വളർന്നു കഴിഞ്ഞു.

ദുബായ് മസ്ക്കത്ത് സർവ്വീസ് ആരംഭിക്കുന്നതിനായി ലൈസൻസ് എടുത്ത് ഓഫീസ് തുറക്കാൻ മസ്ക്കത്തിൽ പോയി. നമുക്ക് അറിവുള്ള ഒരാളായാൽ വിശ്വസിച്ച് ഏല്പിക്കാമല്ലൊ എന്നുകരുതി നളിനിയുടെ അനുജത്തിയുടെ ഭർത്താവ് വിജയനെ കാര്യങ്ങൾക്കായി ഏല്പിച്ചു. അന്ന് അനുജത്തിയും ഭർത്താവും കുട്ടികളും മസ്ക്കത്തിൽ ഉണ്ടായിരുന്നു. വിജയന് സ്വന്തമായി ഒരു കൺസ്ട്രക്ഷൻ കമ്പനി ഉണ്ടായിരുന്നു. ജോലി ചെയ്തിട്ടും പൈസയൊന്നും കിട്ടാതെ വിഷമിക്കുന്ന സമയത്താണ് ഞങ്ങൾ ഒരു കൈത്താങ്ങായി എത്തുന്നത്. വിജയന്റെ തന്നെ അറബിയെ കണ്ട് ലൈസൻസ് എടുത്തു. ചെറിയൊരു മുറിയും വാടകക്ക് എടുത്തു. അതിനാവശ്യമായ പൈസയും വിജയനെ ഏല്പിച്ചുപോന്നു. ദുബായിൽ നിന്നും കൺസോളിഡേഷൻ കാർഗോ കളക്റ്റ് ചെയ്ത് ഏതെങ്കിലും പാക്കിസ്ഥാനി ഡ്രൈവർമാർ വശം കൊടുത്തുവിടും. മസ്ക്കത്തിലെത്തിയാൽ വിലാസമനുസരിച്ച് അതതു കമ്പനികൾക്ക് ഡെ

ലിവറി കൊടുത്ത് പൈസ വാങ്ങി കണക്കുവെച്ച് കസ്റ്റംസ് ഡ്യൂട്ടിയുടെ പൈസ ദുബായിലേക്ക് തിരിച്ച് കൊടുത്തയക്കണം. ഇത്രയുമാണ് വിജ യന്റെ ജോലി.

എന്തോ വിജയന് അധികനാൾ കമ്പനിയുമായി സഹകരിച്ചുമുന്നോ ട്ടുപോകാൻ സാധിച്ചില്ല. അങ്ങനെ ഒരുനാൾ ദുബായിൽനിന്നും അക്കൗ ണ്ടന്റും പാർട്ടണർ അബ്ദുൾ കരീമും കൂടി മസ്ക്കത്തിൽ പോയി. കണ ക്കുകൾ പരിശോധിച്ചു. വിജയൻ കളവു ചെയ്തെന്നോ, പണമെടുത്തെ ന്നോ ആരും പറഞ്ഞില്ല. ഏതൊരു സ്ഥാപനത്തിലും ആഡിറ്റിങ് സ്വാ ഭാവികമാണല്ലോ. അത്രയേ നടന്നിട്ടുള്ളു. പക്ഷെ അവൻ തെറ്റിദ്ധരിച്ചു. അതുവരെയുള്ള കണക്കുകൾ കാണിച്ചശേഷം വിജയൻ രാജികത്ത് സമർപ്പിച്ചു. ആ ബന്ധം അങ്ങിനെ അവിടെ അവസാനിച്ചു.

വർഷങ്ങൾക്കുശേഷം വിജയന് വൃക്കരോഗം ബാധിച്ച് നാട്ടിലെത്തി ചികിത്സയിലാണെന്നറിഞ്ഞു. ഒരിക്കൽ വിജയനെ കണ്ടുമുട്ടാനും നട ന്നതൊക്കെ ബോധ്യപ്പെടുത്താനും തെറ്റിദ്ധാരണകൾ തിരുത്താനും ക ഴിഞ്ഞു. 2017ൽ ആണെന്നു തോന്നുന്നു, വിജയൻ മരണപ്പെടുകയും ചെ യ്തു. വിജയനുമായി എനിക്ക് മറ്റൊരുബന്ധം കൂടി ഉണ്ടായിരുന്നു. എ ന്റെ കസിൻ സിസ്റ്ററിന്റെ മകൻ കൂടിയാണ്. ബോംബെ ജീവിതത്തിൽ എനിക്ക് ആദ്യമായി ജോലി തരപ്പെടുത്തിത്തന്നത് വിജയന്റെ അച്ഛനാ യിരുന്നു, അദ്ദേഹം ജോലി ചെയ്തിരുന്ന കമ്പനിയിൽ. അന്ന് വിജയൻ അഞ്ചാംക്ലാസ് വിദ്യാർത്ഥിയായിരുന്നു. ഓർമ്മയുടെ ചുരുളുകൾ നിവർ ത്തുമ്പോൾ നൊമ്പരപ്പെടുത്തുന്ന ഒരുപാട് കാര്യങ്ങൾ ഓടിക്കയറിവ രും, അത് കുറിച്ചെന്നു മാത്രം.

പുഷ്പരാജൻ, മഹേന്ദ്രൻ, ഗോപി (കോഴിക്കോട്), അറുമുഖൻ, ദാമോ ദരൻ ഇവരെല്ലാം കെ.ആർ.ടി.യിൽ ഉണ്ടായിരുന്ന ജോലി രാജിവെച്ച് JBC യിൽ വന്നു ചേർന്നവരാണ്. രവിയുടെ സ്വന്തക്കാരായി നാട്ടിൽനിന്നും എഴുത്തുപുരയ്ക്കൽ പ്രദീപ്, ധർമ്മൻ, ബാബു, രവിയുടെ അനുജൻ, അങ്ങനെ പലരേയും കൊണ്ടുവന്നു. അക്കൂട്ടത്തിൽ പ്രദീപ് മാത്രം ബി.എ. വരെ വിദ്യഭ്യാസം നേടിയിരുന്നതുകൊണ്ട് ഓഫീസിൽ ഇരുത്തി. പണി കൾ ഓരോന്നായി പറഞ്ഞു കൊടുത്തു പഠിപ്പിച്ചു. മറ്റുള്ളവർക്കെല്ലാം വെയർഹൗസിൽ ജോലി കൊടുത്തു. ഇവരിൽ ഡ്രൈവിങ് ലൈസൻ സ് ലഭിച്ചവരെ കമ്പനിയിൽ ഡ്രൈവർമാരായി നിയമിക്കുകയും ചെയ് തു. വ്യാവസായിക നേട്ടങ്ങൾക്കപ്പുറം ജീവകാരുണ്യപരവും മാനുഷി കവുമായ ചില മൂല്യാധിഷ്ഠിത വികാരങ്ങൾ അതിന്റെ പിന്നിലുണ്ടായി രുന്നുവെന്ന് എത്രപേർ മനസ്സിലാക്കിയിട്ടുണ്ടെന്ന് അറിയില്ല. നേട്ടങ്ങൾ

ക്കപ്പുറം അത്തരം ചെയ്തികളിൽ എന്റെ പ്രേരകശക്തിയായി പ്രവർത്തിച്ചത് സഹധർമ്മിണി നളിനി തന്നെയായിരുന്നു. ഞങ്ങളിതാരോടും പറഞ്ഞിട്ടില്ല, പറയണമെന്നാഗ്രഹിച്ചിട്ടുമില്ല. ഇനിയെങ്കിലും മറ്റുള്ളവർ ഇതറിയണമെന്നു തോന്നി.

കമ്പനി വളർച്ചയുടെ പാതയിൽ തന്നെയായിരുന്നു. 1998ൽ കമ്പനി എൽ.എൽ.സി. (Limited Liabilities Company) ആയിട്ടാണ് രൂപം കൊള്ളുന്നത്. കമ്പനിയുടെ സുഗമമായ നടത്തിപ്പിന് ആളുകൾ കുറയുന്നതാണ് നല്ലതെന്നും പാർട്ടണർഷിപ്പിൽ ഞാനും ജൂമയും മാത്രം ഉണ്ടാകുന്നതാണ് സൗകര്യപ്രദമെന്നും മറ്റുള്ളവരെ വർക്കിങ് പാർട്ടണേഴ്സ് ആക്കിയാൽ മതിയെന്നും ജൂമ നിർദ്ദേശിച്ചു. പക്ഷെ എന്റെ മനസ്സാക്ഷി അതിന് അനുവദിച്ചില്ല. എല്ലാവരും നമ്മുടെ സ്വന്തം, നമുക്കു വേണ്ടപ്പെട്ടവർ. അവരും നന്നാവട്ടെ എന്ന ചിന്തയായിരുന്നു എനിയ്ക്ക്. എന്റെ നിർബന്ധബുദ്ധിക്കുമുന്നിൽ ജൂമ വഴങ്ങി. അങ്ങനെ അഞ്ചു പങ്കാളികൾ ചേർന്ന് കമ്പനി മെമ്മോറാണ്ടം (Company Memorandam) ഒപ്പിട്ട് ദുബായ് കോർട്ടിൽ കൊണ്ടുപോയി അറ്റസ്റ്റ് ചെയ്തു. കോർട്ട് എഗ്രിമെന്റ് ഉണ്ടാക്കി. കമ്പനിയിൽ അങ്ങനെ എല്ലാവരും തുല്യപങ്കാളികളായി.

കമ്പനി വളരുകയായിരുന്നു. സ്വന്തമായി വണ്ടികൾ വാങ്ങി. ബിസിനസ് കൂടുന്നതിനനുസരിച്ച് ജോലിക്കാരുടെ എണ്ണവും കൂട്ടേണ്ടിവന്നു. അതനുസരിച്ച് നാട്ടിൽ നിന്നും സ്വന്തക്കാരേയും ബന്ധുക്കളേയും അയൽക്കാരേയുമൊക്കെ കൊണ്ടുവന്നു. ആരും ജോലിയിൽ മുൻപരിചയം ഉള്ളവരായിരുന്നില്ല. എല്ലാവർക്കും ഞാനും നളിനിയും ചേർന്ന് പരിശീലനം കൊടുത്തു. ഈയൊരു ബിസിനസ്സിന്റെ ബാലപാഠങ്ങൾ പഠിപ്പിച്ചെടുത്തു. ചുരുക്കിപറഞ്ഞാൽ പലർക്കും ഞങ്ങളുടെ കമ്പനി ഒരു പരിശീലന കളരിയായിരുന്നു. വലിയൊരു വെയർഹൗസെടുത്ത് ഓപ്പറേഷൻ അങ്ങോട്ടുമാറ്റി. വെയർഹൗസിന്റെ അകത്തുതന്നെ ഓഫീസുകൾ പണിതു. ഒരു വെയർഹൗസ് പോരാതെ വന്നപ്പോൾ അതിനടുത്തുള്ള രണ്ടും മൂന്നും വെയർഹൗസുകൾ കൂടി വാടകക്കെടുത്തു പ്രവർത്തനം തുടങ്ങി. പല കപ്പാസിറ്റികളിലുള്ള വണ്ടികൾ കമ്പനിക്ക് സ്വന്തമായി വാങ്ങാൻ കഴിഞ്ഞു. 1,3,7,10 ടൺ എന്നിങ്ങനെയുള്ള പിക്കപ്പുകളും 40ഫീറ്റ് ലോങ്ങ് ഫ്ളാറ്റ് ബെഡ് ട്രെയിലറുകളും വാങ്ങി. ഫ്ളാറ്റുകളുടെ എണ്ണം വർദ്ധിച്ചതോടുകൂടി നാട്ടിൽനിന്നും കൊണ്ടുവന്ന പലരെകൊണ്ടും ലൈസൻസെടുപ്പിച്ചു. അങ്ങനെ വെയർഹൗസിൽ ലോഡിങ് അൺലോഡിങ് ചെയ്തിരുന്ന പലരേയും ഡ്രൈവർമാരായി പ്രമോട്ട് ചെയ്തു.

ദുബായിയോടൊപ്പം മസ്ക്കത്തും വികസനത്തിലേക്ക് കുതിക്കുന്ന

സമയമായിരുന്നു അത്. അന്ന് നമ്മൾക്കവിടെ സ്വന്തമായി സ്ഥലം വാങ്ങി വെയർഹൗസും ഓഫീസും നിർമ്മിക്കുവാൻ കഴിയുമായിരുന്നു. പക്ഷെ നടന്നില്ല. പാർട്ടണേഴ്സ് ആരും തന്നെ ഉത്സാഹിക്കുകയോ പ്രവർത്തിക്കുകയോ ചെയ്തിരുന്നില്ല എന്നതുതന്നെ പ്രധാന കാരണം. മറ്റ് പാർട്ടണർമാർ എല്ലാവരും തന്നെ ഈ ബിസിനസ്സിനെക്കുറിച്ച് പരിമിതമായ അറിവ് വെച്ചുപുലർത്തിയിരുന്നവരാണ്. അതുകൊണ്ടുതന്നെ ബിസിനസ്സ് മുന്നോട്ടു കൊണ്ടുപോകാൻ മാനേജ്മെന്റിന്റെ ഭാഗത്തുനിന്നും എന്നെ സപ്പോർട്ട് ചെയ്യാൻ ആരുമുണ്ടായിരുന്നില്ല.

മസ്ക്കത്ത് ബ്രാഞ്ചിൽ മാനേജർമാർ പലരും വന്നുപോയി. അങ്ങനെയിരിക്കുമ്പോഴാണ് മഹേന്ദ്രനെ മസ്ക്കത്ത് ബ്രാഞ്ചിലേക്ക് പ്രമോഷനോടുകൂടി ട്രാൻസ്ഫർ ചെയ്യുന്നത്. മഹേന്ദ്രന്റെ സ്ഥലംമാറ്റത്തിന് കാരണങ്ങൾ പലതാണ്.

1996 ലോ '97ലോ മറ്റോ ആണ് മഹേന്ദ്രനെ മസ്ക്കത്തിലേക്ക് സ്ഥലം മാറ്റിയതെന്നു തോന്നുന്നു. ശ്രീധരൻ ജ്യേഷ്ഠന്റെ മകൻ മഹേന്ദ്രനുമായി കമ്പനിയ്ക്ക് അധികനാൾ മുന്നോട്ട് പൊകാൻ കഴിഞ്ഞില്ല. സാമ്പത്തിക ഇടപാടുകളിൽ അദ്ദേഹത്തിന്റെ ചില തീരുമാനങ്ങൾ മാനേജ്മെന്റിന് അംഗീകരിക്കാൻ കഴിഞ്ഞില്ല. അതിനുശേഷം 1999 –2000 കാലഘട്ടത്തിലാണ് മഹേന്ദ്രനെ ജോലിയിൽ നിന്ന് പിരിച്ചുവിടേണ്ട സ്ഥിതിവിശേഷങ്ങൾ ഉണ്ടായത്. ഇതിനെ തുടർന്ന് ജെ.ബി.സി. ദുബായിൽ ഡ്രൈവറായി ജോലി ചെയ്തിരുന്ന മഹേന്ദ്രന്റെ അനുജൻ ധർമ്മരാജൻ ജോലി രാജിവെച്ച് ജ്യേഷ്ഠനോടൊപ്പം പോയി. ഇതോടെ ശ്രീധരൻ ജ്യേഷ്ഠനും ജ്യേഷ്ഠത്തിയും ഞങ്ങളെ കാണുന്നതും സംസാരിക്കുന്നതും വീട്ടിലേക്ക് വരുന്നതും ഇല്ലാതായി.

കാലം പിന്നിടുമ്പോൾ ആർക്കും തോന്നാം സ്വന്തമായി കമ്പനി തുടങ്ങണമെന്നും വലിയവരാകണമെന്നും. അങ്ങനെ ആഗ്രഹിക്കുന്നതിൽ അവരെ തെറ്റുകാരായി കാണാൻ കഴിയില്ല. കമ്പനിയുടെ വളർച്ചക്കും പുരോഗതിക്കും തുടക്കംമുതൽ എന്നോടൊപ്പം നിന്ന് പ്രവർത്തിക്കുകയും എനിക്കുവേണ്ടി പ്രോത്സാഹനങ്ങൾ നൽകുകയും ചെയ്തിരുന്നത് എന്റെ സഹധർമ്മിണി നളിനിയും ജ്യേഷ്ഠന്റെ മകൻ പുഷ്പരാജനുമാണ്. നീണ്ട പത്തുവർഷക്കാലം സിറ്റി ബാങ്കിൽ ജോലി ചെയ്ത നളിനിയുടെ പ്രവൃത്തിപരിചയം ഒരു പരിധിവരെ കമ്പനി അക്കൗണ്ടിൽ ഉപയോഗപ്പെടുത്താൻ എനിക്ക് കഴിഞ്ഞിട്ടുണ്ട്.

ആദ്യകാലത്ത് കമ്പ്യൂട്ടറോ മൊബൈൽഫോണോ ഇല്ലായിരുന്നു. കമ്പനികളിൽ എത്തിയാൽ ഡ്രൈവർമാർ പേജർ വഴിയാണ് ബന്ധപ്പെട്ടി

രുന്നത്. ഡെലിവറിയും കളക്ഷനും നടത്തിയിരുന്നത്. കൊട്ടേഷനുകളെല്ലാം ടൈപ്പ് ചെയ്ത് അയച്ചിരുന്നത് നളിനിയാണ്. നളിനിക്ക് അന്ന് ഒരു പാർട്ടണർഷിപ്പ് കൊടുത്ത് കൂടുതൽ അധികാരവും ചുമതലയും ഏല്പിക്കേണ്ടിയിരുന്നുവെന്ന് ഇന്നുതോന്നുന്നു. വൈകിവന്ന വിവേകം എന്നല്ലാതെ മറ്റെന്തുപറയാൻ.

വേദനകളും വേർപാടുകളും

അച്ഛന്റെ വിയോഗശേഷം ഞങ്ങൾ ഏഴു സഹോദരങ്ങളേയും ഒരുമിച്ച് ചേർത്തു കോർത്തു നിർത്തിയ ഒരു പട്ടുനൂലായിരുന്നു അമ്മ. അമ്മ പറയുന്നതനുസരിച്ചാണ് ഞങ്ങളുടെ ജീവിതം മുന്നോട്ട് പോയിക്കൊണ്ടിരുന്നത്. അനുജൻ വിശ്വംഭരന്റെ അകാലനിര്യാണം അമ്മയെ വല്ലാതെ തളർത്തിക്കളഞ്ഞു. താൻ പെറ്റുവളർത്തിയ മക്കളിലൊരാൾ നഷ്ടപ്പെടുമ്പോഴുണ്ടാകുന്ന മാതൃഹൃദയത്തിന്റെ ദുഃഖം നമുക്ക് ഊഹിക്കാനാവും.

മഞ്ഞപ്പിത്തം വന്നാണ് അനുജൻ മരിക്കുന്നത്. മരിക്കുമ്പോൾ നാല്പത്തിയേഴ് വയസ്സേ ഉണ്ടായിരുന്നുള്ളു. ആരേയും അനുസരിക്കാത്ത പ്രകൃതക്കാരനായിരുന്നു വിശ്വംഭരൻ. മരിക്കുമ്പോൾ സ്കൂളിൽ പഠിക്കുന്ന രണ്ടു മക്കൾ വിനയൻ, വിനോദ്, ഭാര്യ തങ്കമണി, എന്നിവർക്ക് കുറച്ചു കടബാധ്യതകൾ വെച്ചിട്ടാണ് അനിയൻ പോയത്.

അമ്മയുടെ മനസ്സിനേറ്റ ക്ഷീണം ശാരീരികാരോഗ്യത്തിലും പ്രതിഫലിച്ചു. അമ്മക്ക് പ്രമേഹരോഗം കലശലായി ഉണ്ടായിരുന്നു. ചികിത്സകൾ യഥാവിധി ചെയ്തുകൊണ്ടിരുന്നു. ഇഞ്ചക്ക്ഷനും മരുന്നുകളും എല്ലാം നല്കി. എൺപത്തിയൊമ്പതു വയസ്സുവരെ അമ്മ ജീവിച്ചു. രണ്ടായിരത്തിലാണ് അമ്മ ഞങ്ങളെ വിട്ടുപിരിഞ്ഞത്. യാദൃശ്ചികമെന്നു പറയട്ടെ ആ അവസരത്തിലാണ് മഹേന്ദ്രനെ കമ്പനിയിൽ നിന്നും പിരിച്ചുവിടുന്നത്.

അമ്മ മരിച്ച അന്നുമുതൽ ഞങ്ങൾ സഹോദരന്മാരുടെ അതുവരെയുള്ള ഒത്തൊരുമയ്ക്കും പരസ്പരധാരണകൾക്കും പ്രകടമായ വ്യതിയാനങ്ങളും വ്യതിചലനങ്ങളും കണ്ടുതുടങ്ങി. മകനെ പിരിച്ചു വിട്ട കാരണത്താൽ ശ്രീധരേട്ടനും ദേവകിയേട്ടത്തിയും ഞങ്ങളെ കണ്ടാൽ മിണ്ടാതായി. ഞങ്ങളുടെ വീട്ടിലേക്കു വരാതായി. എന്നിരുന്നാലും ഞാൻ ജ്യേഷ്ഠനെ എവിടെവെച്ചു കണ്ടാലും സംസാരിക്കാറുണ്ടായിരുന്നു.

ചെറുപ്പം മുതലേ മറ്റാരേക്കാളും എനിക്ക് ശ്രീധരേട്ടനോട് ഒരു പ്രത്യേക അടുപ്പമുണ്ടായിരുന്നു. പറമ്പുകൾ തേവാൻ പോകുമ്പോഴും പാടത്ത് കന്നുപൂട്ടാനാണെങ്കിലും ഞാനാണ് കൂടെപോയിരുന്നത്. ചെറുപ്പ

പൂട്ടിച്ചവിട്ടിയ കണ്ടത്തിൽ പോത്തുകൾക്ക് നുകം വെച്ച് തേർ തെളിക്കുന്ന കർഷകൻ

ത്തിലേ പഠിപ്പുനിർത്തിയ ജ്യേഷ്ഠൻ ജോലി ചെയ്തുകിട്ടുന്ന വരുമാനം അച്ഛന് ഒരാശ്വാസമായിരുന്നു. പിന്നെ വിവാഹശേഷം ജ്യേഷ്ഠത്തിയും മക്കളും ഒക്കെ ആയി. എന്റെ വിവാഹത്തിന് മുമ്പ് ജനിച്ച മക്കളായതിനാൽ പുഷ്പരാജൻ, മഹേന്ദ്രൻ, ധർമ്മൻ ഇവരെ എല്ലാവരേയും സ്വന്തം മക്കളെപ്പോലെ കരുതി ഞാൻ സ്നേഹിച്ചിരുന്നു. അവരോടെല്ലാം വലിയ വാത്സല്യമായിരുന്നു. പെൺകുട്ടികളോടും അങ്ങനെതന്നെ. എനിക്ക് പെൺമക്കളില്ലെങ്കിലും സഹോദരന്മാരുടെ പെൺകുട്ടികളെ സ്വന്തമെന്നു കരുതിത്തന്നെയാണ് സ്നേഹിച്ചിരുന്നത്. കാലങ്ങൾ വരുത്തിയ മാറ്റങ്ങളും ജീവിതശൈലികളും ഒക്കെ ആയിരിക്കാം ഇന്ന് എല്ലാം മതിൽകെട്ടി വേർതിരിച്ചിരിക്കുന്നു. എല്ലാവർക്കും സ്വന്തം കാര്യങ്ങൾ, അവരുടെ കുടുംബം, മക്കൾ, പ്രാരാബ്ധങ്ങൾ, തിരക്ക്, കഴിഞ്ഞ കാലത്തിന്റെ ഓർമ്മകളുറങ്ങുന്ന അകത്തളങ്ങളിലേക്ക് ഒന്നെത്തിനോക്കാൻ ആർക്കും സമയമില്ല. ഒന്നു ഫോണിലൂടെയാണെങ്കിലും വിളിച്ച് ക്ഷേമാന്വേഷണം നടത്താൻ ഒരിക്കൽ ആവോളം സ്നേഹം വാരിക്കോരി

കൊടുത്തവരെന്ന പരിഗണനയെങ്കിലും നല്കാൻ ഒരാളും ശ്രമിക്കുന്നില്ല. ഈ പറയുന്നത് ഒരു പഴയ മനസ്സിന്റെ തേങ്ങലായി അവശേഷിക്കട്ടെ, മാറുന്ന കാലത്തിനൊത്ത് മാറാൻ കഴിയാത്ത ഒരു ആത്മാവിന്റെ രോദനം!

എക്കാലത്തും ശ്രീധരേട്ടന് കന്നുകാലികളിലും കൃഷികാര്യങ്ങളിലും പ്രത്യേക താല്പര്യമായിരുന്നു. പൂട്ടാനും തേവാനും ഒക്കെ നല്ല കഴിവുണ്ടായിരുന്നു. പണ്ട് കാലത്ത് പൂട്ടി ചവിട്ടിയ കണ്ടത്തിൽ പോത്തുകൾക്ക് നുകം വെച്ച് ഞവരികെട്ടി ഞവരിക്കയ്യിൽ കയറിനിന്ന് പോത്തുകളെ ഓടിച്ച് തേർതെളിക്കുന്ന ഒരു സമ്പ്രദായമുണ്ടായിരുന്നു. ഒന്നാമതെത്തുന്ന കന്നുകാലികൾക്ക് സമ്മാനവുമുണ്ട്. ജ്യേഷ്ഠൻ അതിൽ മിടുക്കനായിരുന്നു. പലപ്പോഴും സമ്മാനാർഹനായിട്ടുണ്ട്.

അദ്ദേഹം വലിയ ദേഷ്യക്കാരനായിരുന്നു. അടക്കാനാവാത്ത ദേഷ്യം വരുമ്പോൾ കന്നുകാലികളെ മുടിയൻക്കോൽകൊണ്ട് അറഞ്ഞു തല്ലുമായിരുന്നു. തല്ലുകൊണ്ട് വൃണമായ കന്നുകാലികളുടെ പുറത്ത് ഈച്ചയും കൊതുകും കാക്കയുമൊക്കെ വന്നിരിക്കുന്ന കാഴ്ച ദയനീയവും വേദനാജനകവുമായിരുന്നു. മിണ്ടാൻ കഴിയാത്ത ആ പാവങ്ങളെ തല്ലുന്നത് മഹാപാപമായി ഞാൻ കരുതിയിരുന്നു അന്നും ഇന്നും. ചെറുപ്പത്തിലേ എല്ലാകാര്യത്തിലും ഞാൻ ശാന്തത പാലിച്ചിരുന്നു. അച്ഛനും അമ്മയും ജ്യേഷ്ഠന്മാരുമൊക്കെ വീട്ടിൽ വഴക്കിടുമ്പോൾ എനിക്ക് എന്തെന്നില്ലാത്ത പേടിയായിരുന്നു. ആ ശാന്തത പിൽക്കാലത്ത് എനിക്കൊരു ബാധ്യതയായി മാറിയിട്ടുണ്ട്. ആ ശാന്തതയും കരുണയും മുതലാക്കി എന്നെ പലർക്കും പല രീതിയിൽ കബളിപ്പിക്കാൻ കഴിഞ്ഞിട്ടുണ്ട്.

സ്വന്തമായി കമ്പനി തുടങ്ങിയതിനുശേഷമാണ് ഞാൻ കുറച്ചുകൂടി വ്യത്യസ്തമായ രീതിയിൽ ചിന്തിക്കാൻ തുടങ്ങിയത് എന്നു വിശ്വസിക്കുന്നു. സ്വന്തം ഉത്തരവാദിത്വം, മറ്റുള്ളവരുമായുള്ള ഇടപാടുകൾ, മാറുന്ന ജീവിതശൈലികൾ, ഇതൊക്കെയാകാം മാറി ചിന്തിക്കാൻ എന്നെ പ്രേരിപ്പിച്ചത്.

ശ്രീധരേട്ടനെ കുറിച്ചോർക്കുമ്പോൾ മറക്കാനാവാത്ത ഒത്തിരികാര്യങ്ങളുണ്ട്. ഒരു ദിവസം ശ്രീധരേട്ടൻ പോത്തുകളെ തല്ലാനുപയോഗിക്കുന്ന മുടിയൻകോലുകൊണ്ട് എന്നെ തല്ലി. എനിക്ക് ഒരുപാട് നൊന്തു. രാത്രി വിളക്ക് കാണിയ്ക്കാൻ ചെന്നില്ല എന്നതാണ് കുറ്റം. അന്നത്തെ ആ അടിയേറ്റ് ഉണ്ടായ മുറിവിന്റെ അടയാളം ഇന്നും എന്റെ തുടയിൽ മായാതെ കിടക്കുന്നുണ്ട്. അന്ന് പകയും വിദ്വേഷവും ഒക്കെ തോന്നിയെങ്കിലും ഇന്നത് എന്റെ കൃത്യവിലോപത്തിനു കിട്ടിയ ശിക്ഷയാണെന്ന് ഞാൻ

തിരിച്ചറിയുന്നുണ്ട്. സഹോദരബന്ധത്തേക്കാളേറെ ശ്രീധരേട്ടനുമായുള്ള ആത്മബന്ധത്തിന്റെ അടയാളമായി ഞാനത് സൂക്ഷിച്ചുവെയ്ക്കുന്നു.

മറ്റൊരിക്കൽ കൂടി എനിക്ക് ശ്രീധരേട്ടന്റെ ശിക്ഷ ഏറ്റുവാങ്ങേണ്ടി വന്നിട്ടുണ്ട്. ജ്യേഷ്ഠത്തി അവരുടെ ഫീസ് കൊടുക്കാനായി അളുക്കിൽ സൂക്ഷിച്ചുവെച്ചിരുന്ന പൈസ എടുത്തതായിരുന്നു സംഭവം. പൈസ എടുത്തില്ല എന്ന് പറഞ്ഞതിനാണ് ശിക്ഷ കിട്ടിയത്. കുറ്റങ്ങൾ രണ്ടാ യിരുന്നു. ഒന്ന് പറയാതെ എടുത്തു എന്നത്. രണ്ട് എടുത്തില്ലെന്ന് കളവു പറഞ്ഞു. രണ്ടും വലിയ തെറ്റുകൾ തന്നെയാണ്. അന്നത്തെ ശിക്ഷ എന്റെ ജീവിതത്തിലെ ഒരു വഴിത്തിരിവു തന്നെയായിരുന്നു. ജീവിതത്തിൽ ഒരിക്കൽ പോലും, തലപോയാൽ പോലും കള്ളംപറയില്ല എന്ന് അന്ന് ശപഥം ചെയ്യുകയായിരുന്നു.

ജ്യേഷ്ഠനെ ബോംബെയിൽ കൊണ്ടുപോകാനും കടയിട്ട് അവിടെയിരുത്താനും സാധിച്ചത് എന്റെ ഭാഗ്യമായി ഞാൻ കരുതുന്നു. പക്ഷെ അവിടെയും ദൈവം ഞങ്ങളോട് കരുണ കാട്ടിയില്ല. തിരിച്ച് നാട്ടിലെത്തിയ ജ്യേഷ്ഠൻ വീണ്ടും മദ്രാസ്സിൽ പോകുകയാണുണ്ടായത്. 1970ൽ ആണ് ജ്യേഷ്ഠനും ഭാസ്കരനും പത്തേമാരിയിൽ ദുബായിലേക്ക് പോകുന്നത്. അവരുടെ യാത്ര വളരെ ക്ലേശകരവും ദുരിതപൂർണ്ണവുമായിരുന്നെന്ന് പറഞ്ഞുകേട്ടിട്ടുണ്ട്.

ശ്രീധരേട്ടനും പ്രമേഹരോഗമുണ്ടായിരുന്നു. അതു പിന്നെ നിയന്ത്രണാതീതമായി. കാലിന് പഴുപ്പ് ബാധിക്കുകയും വിരൽ മുറിച്ചു കളയേണ്ടിവരികയും ചെയ്തു. മരിക്കുന്നതിന് ഒരാഴ്ച മുമ്പ് നാട്ടിൽ പോകാനും യൂണിറ്റി ആശുപത്രിയിൽ ചെന്ന് ജ്യേഷ്ഠനെ നേരിൽകാണാനും സംസാരിക്കാനും സാധിച്ചു.

ആശുപത്രിയിൽ വച്ചു കണ്ടുപോന്നതിന്റെ ഏഴാം ദിവസം ജ്യേഷ്ഠൻ മരണപ്പെട്ടു. അറുപത്തിയേഴാം വയസ്സിലായിരുന്നു അദ്ദേഹത്തിന്റെ അന്ത്യം. നളിനി നാട്ടിലുണ്ടായിരുന്നു. മരണ വാർത്ത അറിഞ്ഞപ്പോൾ പോയികണ്ടു.

ശേഖരേട്ടൻ (രണ്ടാമത്തെജ്യേഷ്ഠൻ) ഷിപ്പിലെ ജോലിയുപേക്ഷിച്ച് നാട്ടിൽ സ്ഥിരതാമസമായി. ജ്യേഷ്ഠന്റെ മകൻ ഷാജി എം.ബി.ബി.എസ്. കഴിഞ്ഞു. എം.ഡി.യെടുത്ത് പുന്നയൂർക്കുളം ശാന്തി നഴ്സിങ്ങ് ഹോമിൽ ജനറൽ ഫിസിഷ്യനായി സേവനമനുഷ്ഠിച്ചു വരുന്നു. വാർദ്ധക്യസഹജമായ അസുഖങ്ങൾ ജ്യേഷ്ഠനെ അലട്ടിയിരുന്നു. ഷാജിയുടെ സാന്നിദ്ധ്യത്തിലും നിയന്ത്രണത്തിലുമായി ജ്യേഷ്ഠനുവേണ്ട ചികിത്സകൾ നല്കിയിരുന്നു. അദ്ദേഹവും ഞങ്ങളെ വിട്ടുപിരിഞ്ഞു.

ഏറ്റവും മൂത്ത ആളായ രാഘവേട്ടൻ- കമ്പനി പാർട്ടണർ പുഷ്പരാജന്റെ അച്ഛൻ-നല്ല ആരോഗ്യവാനായി എൺപത്തിനാലാം വയസ്സിലും ചുറുചുറുക്കോടെ എല്ലായിടത്തും ഓടിയെത്തുമായിരുന്നു. എവിടെ എന്തുകാര്യമുണ്ടെങ്കിലും പുള്ളിയുടെ സാന്നിദ്ധ്യമുണ്ടാവും. ആരുമായും ഇടപഴകുകയും സൗഹൃദം പങ്കുവെയ്ക്കുകയും ചെയ്യുന്ന ഒരു വ്യക്തിത്വമായിരുന്നു അദ്ദേഹത്തിന്റേത്. 2014 സെപ്തംബറിൽ പുഷ്പരാജന്റെ മകൻ ആഘോഷിന്റെ വിവാഹത്തോടനുബന്ധിച്ച് ഒരു പാർട്ടി ദുബായിൽ വച്ച് നടത്തുകയുണ്ടായി. പാർട്ടിയിൽ പങ്കെടുക്കുന്നതിനായി ജ്യേഷ്ഠനെ ദുബായിൽ കൊണ്ടുവന്നിരുന്നു. വരുന്നതിന് മുമ്പ് ഉദരസംബന്ധമായ ചില അസ്വസ്ഥതകൾ തോന്നി ഡോക്ടറെ കാണുകയും സ്കാനിങ് നടത്തി ബയോപ്സി ചെയ്ത് ടെസ്റ്റിനയക്കുകയും ചെയ്തിരുന്നു. ദുബായിൽ വന്ന് വളരെ സന്തോഷത്തോടെ പരിപാടികളിലൊക്കെ പങ്കെടുത്ത് യാതൊരു വിഷമവും കൂടാതെ നാട്ടിലേക്ക് പോയതാണ്. ബയോപ്സി ചെയ്തതിന്റെ ടെസ്റ്റ് റിസൾട്ട് വന്നപ്പോൾ ഞങ്ങളെല്ലാവരും തീരാദുഃഖത്തിലായി. ജ്യേഷ്ഠന് വയറ്റിൽ കാൻസർ ആണെന്നും കുടലിൽ പഴുപ്പ് ബാധിച്ചിട്ടുണ്ട് എന്നും ഉടൻ തന്നെ ശസ്ത്രക്രിയ ചെയ്യണമെന്നും ഡോക്ടർ നിർദ്ദേശിച്ചു. അതനുസരിച്ച് ഒട്ടും വൈകിയ്ക്കാതെ ശസ്ത്രക്രിയ ചെയ്തു. പക്ഷെ പ്രയോജനമൊന്നുമുണ്ടായില്ല. ഭക്ഷണമൊന്നും കഴിക്കാൻ സാധിക്കാതെ വേദന കടിച്ചമർത്തി ഒരു വർഷം ജീവിച്ചു.

രണ്ടായിരത്തി പതിനഞ്ച് സെപ്തംബറിൽ ജ്യേഷ്ഠൻ ഞങ്ങളെ വിട്ടുപിരിഞ്ഞു പോയി. ഞങ്ങൾ ഏഴുപേരിൽ നാലുപേരും ഇന്നില്ല. ബാക്കി മൂന്നുപേർ ഞാനും അനുജന്മാർ രണ്ടുപേരും - ഭാസ്കരനും സുകുമാരനും- മാത്രമായി. അവർ നാട്ടിൽ കഴിയുന്നു. രണ്ടുപേരുടേയും മക്കൾ ഗൾഫ് നാടുകളിൽ ജോലി ചെയ്യുന്നു.

സഹോദരി ലീലയും അളിയനും ഇന്ന് ജീവിച്ചിരിപ്പില്ല. അവരുടെ മക്കൾ എല്ലാവരും തന്നെ നല്ലനിലയിൽ ജീവിച്ചുവരുന്നു.

ചതുരംഗം

അതിപുരാതനവും എന്നാൽ രാജകീയവുമായ ഒരുവിനോദത്തിന്റെ പേരാണ് ചതുരംഗം അഥവാ ചെസ്സ്. ലോകമെങ്ങും വ്യാപിച്ച ഈ വിനോദത്തിന്റെ ഉല്പത്തി നമ്മുടെ ഭാരതത്തിൽ നിന്നാണെന്നത് നമുക്ക് ഏറെ അഭിമാനിയ്ക്കാൻ വക നല്കുന്നതാണ്. കറുപ്പും വെളുപ്പുമായി അറുപത്തിനാലു ചതുരക്കള്ളികൾ. അതിൽ അണിനിരക്കുന്ന രാജാവ്, റാണി, മന്ത്രി, തേര്, ആന, കുതിര, കാലാൾ എന്നിങ്ങനെ ഇരുചേരികളിലായി കരുക്കൾ. ഈ കരുക്കളെ യഥോചിതം സമർത്ഥമായി നീക്കുന്നവർ കളിയിൽ ജയിക്കും. ഒന്നാലോചിച്ചാൽ നമ്മുടെയൊക്കെ ജീവിതവും ഒരു ചതുരംഗക്കളി തന്നെയല്ലേ എന്നെനിക്കു തോന്നിയിട്ടുണ്ട്. JBC എന്ന ബിസിനസ്സ് സാമ്രാജ്യം കെട്ടിപ്പടുത്ത കഥ പറയുന്ന ഈ അദ്ധ്യായത്തിന് ചതുരംഗം എന്ന് നാമകരണം ചെയ്തത് അതുകൊണ്ടാണ്. ഓരോ നീക്കവും വളരെ കരുതലോടെ വരുംവരായ്കകളെ മുൻകൂട്ടി കണ്ടുകൊണ്ട് വേണം പ്രാവർത്തികമാക്കാൻ. ഒരു ചെറിയ പിഴവ്, ശ്രദ്ധക്കുറവ് മതി അതുവരെ കെട്ടിപ്പൊക്കിയ കോട്ട കൊത്തളങ്ങളൊക്കെയും അടിത്തറ പോലും ഇളകി തകർന്ന് തരിപ്പണമാകാൻ, നാമാവശേഷമാകാൻ. ഏതുതരം ബിസിനസ്സായാലും അതൊരു വെല്ലുവിളി തന്നെയാണ്. കെട്ടിപ്പടുത്ത് പണിതുയർത്തി കൊണ്ടുവരാനും നിലനിർത്താനും പരിപാലനം ചെയ്യാനും അതീവ ജാഗ്രതയും സവിശേഷശ്രദ്ധയും അതികഠിനമായ പരിശ്രമവും അനിവാര്യമാണ്. അലസത എന്ന പദത്തിന് അവിടെ സ്ഥാനമില്ല. ഇന്നു ചെയ്യാനുള്ളത് ഇന്നുതന്നെ ചെയ്യണം. നാളേയ്ക്ക് വയ്ക്കാനാവില്ല. കാലത്തിന് പുറകെയല്ല നാം പോകേണ്ടത്, മുന്നെ സഞ്ചരിക്കാനാണ് ശ്രമിക്കേണ്ടത്.

ദുബായിലെ റാഷിദിയായിൽ ഒന്നിനു പുറകെ ഒന്നായി മൂന്നു വെയർഹൗസുകൾ വാടകയ്ക്ക് എടുത്താണ് JBC യുടെ പ്രവർത്തനം നടന്നുവന്നിരുന്നത്. വെയർഹൗസിനകത്തുതന്നെയാണ് ഓഫീസുകൾ പണിതിരുന്നത്. ലക്ഷങ്ങൾ ചിലവാക്കിയാണ് എല്ലാ സ്റ്റാഫിനും കേബിനുകൾ സജ്ജമാക്കിയിരുന്നത്.

ഇതിനിടയ്ക്കാണ് സ്ഥലം ഉടമ ഓഫീസ് ഒഴിയുവാൻ പറഞ്ഞ് ഒരു മാസത്തെ അവധിയിൽ നോട്ടീസ് തരുന്നത്. ഒരുമാസം കൊണ്ട് ഇത്രയും വലിയ ഒരു സംവിധാനം എങ്ങനെ ഷിഫ്റ്റ് ചെയ്യാൻ കഴിയും? എങ്ങോട്ട് പോകും? വല്ലാത്തൊരു ആശങ്കയും ആശയക്കുഴപ്പവും മാനസികസംഘർഷവുമുണ്ടായ സന്ദർഭമായിരുന്നു അത്. പെട്ടെന്നൊരു പോംവഴി കണ്ടെത്താൻ കഴിഞ്ഞില്ല. എങ്കിലും സ്ഥലത്തിന്റെ ഉടമയെ നേരിട്ട് കണ്ട് വിവരങ്ങൾ ധരിപ്പിക്കുകയും സാവകാശം തരാനായി അഭ്യർത്ഥിക്കുകയും ചെയ്തു. അവസാനം ഒരുലക്ഷം ദിർഹം അധികം കൊടുത്താൽ ഒരു വർഷത്തേക്ക് അനുവദിച്ചുതരാമെന്ന് സമ്മതിച്ചു തീരുമാനമായി.

പിന്നെ സ്ഥലമന്വേഷിച്ചുള്ള നെട്ടോട്ടമായിരുന്നു. 'അൽ അവീർ' എന്ന സ്ഥലത്ത് 30,000 സ്ക്വയർഫീറ്റ് തുറന്നസ്ഥലം കണ്ടെത്തി. അതിന്റെ അവകാശിയെ കണ്ട് ഇരുപത്തിയഞ്ച് വർഷത്തേക്ക് ആറുലക്ഷം ദിർഹത്തിന് വാടകയ്ക്ക് എടുക്കുകയും ചെയ്തു. തുടർന്ന് ഓഫീസും വെയർഹൗസും പണിയാനുള്ള പരിശ്രമമായി. ഒരു കോൺട്രാക്റ്റിംഗ് കമ്പനിയുമായി അതിനുള്ള ധാരണയായി. ഉദ്ദേശം രണ്ടു മില്യൺ (20 ലക്ഷം) ദിർഹം ചിലവഴിച്ച് ഒരു വർഷത്തിനുള്ളിൽ തന്നെ ഓഫീസും വെയർഹൗസും പണികഴിപ്പിച്ച് അറബിക്ക് കൊടുത്ത വാക്ക് പാലിക്കുകയും 2004ൽ ഞങ്ങൾ പുതിയ സ്ഥലത്ത് പ്രവർത്തനം ആരംഭിക്കുകയും ചെയ്തു. ദുബായ് എന്ന എമിറേറ്റിന്റെ വളർച്ചയുടെ കാലഘട്ടമായിരുന്നു അത്. സമസ്ത മേഖലകളിലും ആധിപത്യം സ്ഥാപിച്ചുകൊണ്ട് ലോകഭൂപടത്തിൽ ശ്രദ്ധാർഹമായ സ്ഥാനം നേടിയെടുക്കാൻ ദുബായ് മുന്നേറുന്ന സമയം. ഈശ്വരാനുഗ്രഹത്താൽ ഞങ്ങളും വളരുകയായിരുന്നു, ദുബായ്ക്കൊപ്പം. മറ്റൊരർത്ഥത്തിൽ പറഞ്ഞാൽ ദുബായിയുടെ വളർച്ച ഞങ്ങളുടേതുകൂടിയായിരുന്നു.

രണ്ടുവർഷം കഴിഞ്ഞ് ഓഫീസും വെയർഹൗസും നില്ക്കുന്ന സ്ഥലം ഒന്നരമില്യൺ (15ലക്ഷം) ദിർഹം കൊടുത്ത് അറബിയുടെ പേരിൽ നിന്നും JBC എന്ന ഞങ്ങളുടെ സ്ഥാപനത്തിന്റെ പേരിലേക്ക് മാറ്റി. ഇപ്പോൾ സ്ഥലം ദുബായ് ലാന്റ് ഡിപ്പാർട്ടുമെന്റിന്റേയും JBC യുടേയും നേരിട്ടുള്ള ഉടമ്പടിയിലാണ്. വണ്ടികളുടെ എണ്ണത്തിൽ വർദ്ധനവുണ്ടാകുകയും സ്ഥലസൗകര്യം പോരാതെ വരികയും ചെയ്തതിനാൽ 50,000 സ്ക്വയർഫീറ്റ് വരുന്ന തൊട്ടടുത്ത സ്ഥലം കൂടി വാടകക്ക് എടുത്തു.

ജബൽ അലി ഫ്രീസോണിൽ വളരെ ചെറിയ സൗകര്യത്തിലാണ്

ഞങ്ങൾ തുടക്കമിട്ടത്. വർദ്ധിച്ചുവരുന്ന ഉപഭോക്താക്കളുടെ സൗകര്യം നോക്കി ഫ്രീസോൺ അതോറിറ്റിയിൽ നിന്നും ഓപ്പൺ ലാന്റ് വാടകക്ക് എടുത്തു. അവിടെ 100,000 സ്ക്വയർഫിറ്റ് സ്ഥലത്ത് തുറന്നതും അടച്ചു കെട്ടിയതുമായ വെയർഹൗസുകളും ഓഫീസും പണികഴിച്ചു. രണ്ടുവർഷത്തിനുശേഷം തൊട്ടുകിടക്കുന്ന 100,000സ്ക്വയർഫീറ്റ് സ്ഥലം കൂടി വാങ്ങി ലാന്റ് സ്കാപ്പിങ്ങും ഇന്റർലോക്കുമൊക്കെ ചെയ്ത് സ്റ്റോറേജ് സൗകര്യം വർദ്ധിപ്പിച്ചു. ജബൽ അലി ഫ്രീസോണിൽ ഉദ്ദേശം പത്തുമില്യൺ ദിർഹം ഇൻവെസ്റ്റ് ചെയ്ത് വിപുലമായ തോതിൽ പ്രവർത്തനം നടത്തിവരുന്നു.

JBC എന്ന പ്രസ്ഥാനത്തെ മുന്നോട്ടുനയിക്കാൻ എന്നെ പ്രാപ്തനാക്കിയത് Jack Meredith എന്ന യൂറോപ്യനാണ്. കാർഗോ സർവ്വീസ് ബിസിനസ്സിന്റെ വിവിധമേഖലകളും അനന്തസാധ്യതകളും എനിക്ക് കാണിച്ചുതന്നത് ആ ഗുരുതുല്യൻ തന്നെയാണ്. ഞാൻ കാനു ഷിപ്പിങ് കമ്പനിയിൽ ക്ലിയറിങ് ആന്റ് ഫോർവേഡിങ് ഡിപ്പാർട്ടുമെന്റിൽ ജോലി ചെയ്തുകൊണ്ടിരിക്കവെ എന്റെ ഓർമ്മ ശരിയാണെങ്കിൽ 1980 ലാണെന്നു തോന്നുന്നു യു.കെ.യിൽ നിന്ന് വന്ന Jack Meredith എന്ന വ്യക്തി ക്ലിയറിങ് ആന്റ് ഫോർവേഡിങ് മാനേജരായി ജോലിയിൽ പ്രവേശിക്കുന്നത്. അദ്ദേഹം വന്നതിനുശേഷം കമ്പനിയിൽ പരിവർത്തനങ്ങൾ പലതും ഉണ്ടായി. അതുവരെ അനുവർത്തിച്ചുപോന്നിരുന്ന പ്രവർത്തനങ്ങളിൽ പല മാറ്റങ്ങളും വരുത്തി. കമ്പനിയുടെ നവോത്ഥാനത്തിന്റെ കാലഘട്ടമായിരുന്നു അത്. അദ്ദേഹമാണ് K-RT(K-anoo R-ap-i-d Tr-an-spor-t) എന്ന ഒരു ഡിവിഷൻ തന്നെ രൂപീകരിക്കുന്നത്. അദ്ദേഹം അതിന്റെ അസിസ്റ്റന്റ് മാനേജരായി എന്നെ നിയമിച്ചു. പിന്നീട് ഞങ്ങൾ രണ്ടുപേരും ചേർന്നാണ് കൺസോളിഡേഷൻ ബിസിനസ്സ് എന്ന ഒരു സംരംഭം തുടങ്ങുന്നത്. അന്ന് ദുബായിൽ എവിടെയും ഈ ഒരു രീതി രൂപം കൊണ്ടിട്ടില്ലായിരുന്നു.

പലരുടേയും സാധനങ്ങൾ സ്വീകരിച്ച് അതാത് ഇടങ്ങൾ അന്വേഷിച്ച് തരംതിരിച്ച് പ്രത്യേകം, പ്രത്യേകം വണ്ടികളിൽ കയറ്റി മാനിഫെസ്റ്റും കൺസൈൻമെന്റ് നോട്ടും ഉണ്ടാക്കി കസ്റ്റമർക്ക് എത്തിച്ചുകൊടുത്ത് 'പ്രൂഫ് ഓഫ് ഡെലിവറി' വാങ്ങി കൊറിയർമാർ കൊണ്ടുവരും. തുടർന്ന് ഒറിജിനൽ കൺസൈന്റ്മെന്റ് നോട്ടും പി.ഒ.ഡിയും ഒന്നിച്ചുചേർത്ത് മാസാവസാനം ഇൻവോയ്സുണ്ടാക്കി കസ്റ്റമർക്ക് കൊടുത്ത് പൈസ വാങ്ങും. ഇതാണ് അന്ന് നിലവിലുണ്ടായിരുന്ന രീതി. എന്നാൽ കൺ

സോളിഡേഷൻ ബിസിനസ്സിന്റെ ലാഭം കസ്റ്റമേഴ്സിനും കമ്പനി ക്കും ഒരുപോലെ ഗുണകരമാണ്. ഒരു സാധനം ദുബായിൽ നിന്നും അബുദാബിയിലേക്കോ മറ്റു എമിറേറ്റുകളിലേക്കോ അയക്കണമെങ്കിൽ ചിലവ് വളരെ കൂടുതലാണ്. ഉദാഹരണമായി 3 ടൺ കപ്പാസിറ്റിയുള്ള ട്രക്ക് സ്പെഷ്യൽ ആയി അയയ്ക്കണമെങ്കിൽ നാനൂറ്റിഅമ്പത് ദിർഹം ചിലവ് വരും. അതേ സമയം ഒരു വണ്ടിയിൽ അഞ്ചോ പത്തോ പേരുടെ സാധനങ്ങൾ ശേഖരിച്ച് അയക്കുമ്പോൾ കൺസോളിഡേഷൻ റേറ്റ്, വെയ്റ്റും വോള്യവും അനുസരിച്ചുള്ള ചാർജ്ജേ വരികയുള്ളു. ഇങ്ങനെയുള്ള സർവ്വീസ് ഉപയോഗിച്ചാൽ നാനൂറ്റി അമ്പത് ദിർഹത്തിനുപകരം നൂറും നൂറ്റമ്പതും കൊടുത്ത് കാര്യം സാധിക്കാം.

കൺസോളിഡേഷൻ ബിസിനസ്സിന്റെ ആദ്യപാഠങ്ങൾ എനിക്കു പറഞ്ഞുതരികയും എന്നെ പരിശീലിപ്പിക്കുകയും ചെയ്തത് Jack Meredith തന്നെയാണ്. അതുകൊണ്ടുതന്നെ അദ്ദേഹത്തെ ഞാനെന്റെ ഗുരുവായി ആദരിക്കുന്നു, ആരാധിക്കുന്നു. ചില പ്രത്യേക സാഹചര്യങ്ങളാൽ 1985ൽ അദ്ദേഹം കാനുവിൽ നിന്നും രാജിവെച്ചു. പിന്നീട് മറ്റൊരു കമ്പനി തുടങ്ങിയെങ്കിലും അധികനാൾ ഉണ്ടായില്ല. അവിടെ നിന്ന് പോയതിനുശേഷം അദ്ദേഹത്തെപ്പറ്റി ഒരു വിവരവും കിട്ടുകയുണ്ടായില്ല. കാണണമെന്ന് വളരെയേറെ ആഗ്രഹിച്ചിരുന്നു. പക്ഷെ സാധിച്ചില്ല. ഇപ്പോൾ എവിടെയാണെന്നുമറിയില്ല. Jack Meredith ന്റെ അഭാവം തന്നെയായിരുന്നു കമ്പനിയിൽ നിന്നും എന്റെ വിരമിക്കലിനു കാരണമായത്.

ഈ രംഗത്ത് ഞാൻ ആർജ്ജിച്ചെടുത്ത അറിവുകൾ എല്ലാം പലർക്കും പങ്കുവെച്ചിട്ടുണ്ട്. അതുകൊണ്ടുതന്നെ പലരും ഇന്ന് സ്വന്തം കമ്പനികൾ തുറന്ന് പ്രവർത്തിച്ചുവരുന്നു. അവരിൽ പ്രധാനികളാണ് ശ്രീധരേട്ടന്റെ മകൻ മഹേന്ദ്രനും എഴുത്തുപുരയ്ക്കൽ പ്രദീപും.

വർഷങ്ങൾ പിന്നിടുന്തോറും വളർച്ചയുടെ ഭാഗമായി കമ്പനിയിൽ വ്യത്യസ്ത രീതിയിലുള്ള ചലനങ്ങൾ രൂപപ്പെട്ടുകൊണ്ടിരുന്നു. 2002 മുതൽ 2011വരെ എല്ലാ വർഷവും ജീവനക്കാർക്ക് ഒരു മാസത്തെ ശമ്പളം ബോണസ്സായി നൽകിവന്നിരുന്നു. 'ന്യൂ ഇയർ ആഘോഷവും' 'കസ്റ്റമർ ഗെറ്റ് ടു ഗെതറും' നടത്തുമായിരുന്നു. പക്ഷെ ആഗോള സാമ്പത്തികമാന്ദ്യത്തിന്റെ ഭാഗമായി 2011മുതൽ ബിസിനസ്സ് കുറഞ്ഞുവരികയും തൽഫലമായി അത്തരം പരിപാടികളൊക്കെ മാറ്റിവെയ്ക്കേണ്ടതായി വരികയും ചെയ്തു. ആഗോളസാമ്പത്തികമാന്ദ്യം മാത്രമായിരുന്നില്ല കമ്പനിയുടെ വരുമാനസ്രോതസ്സ് ചുരുങ്ങാനുണ്ടായ കാരണം. ഞങ്ങൾ

ജോലി പഠിപ്പിച്ച് വളർത്തി വലുതാക്കി പരിചയസമ്പന്നരായ പലരും കമ്പനി വിട്ട് ബിസിനസ്സിൽ നമ്മളോട് മത്സരിക്കുന്നവരോടൊപ്പം ചേർന്നു പ്രവർത്തിക്കുവാൻ തുടങ്ങി. JBCയുടെ സ്ഥിരം കസ്റ്റമേഴ്സിൽ പലരേയും ചുരുങ്ങിയ നിരക്ക് വാഗ്ദാനം ചെയ്ത് കയ്യിലെടുക്കാൻ അവർക്ക് കഴിഞ്ഞു.

കമ്പനിയിലെ ഓപ്പറേഷൻ മുഴുവനും നിയന്ത്രിച്ചിരുന്ന വളരെ സമർത്ഥനായ ജോലിക്കാരനായിരുന്നു പ്രദീപ്. അദ്ദേഹത്തിന്റെ കസിൻ 'സ്പീഡ് ലൈൻ' എന്ന പേരിൽ ഒരു സ്ഥാപനം തുടങ്ങി. പ്രദീപിന് വിസ കൊടുത്തതും കൊണ്ടുവന്നതും പരിശീലിപ്പിച്ചതും പണികൊടുത്തതും ഒക്കെ ഞങ്ങളായിരുന്നു. പ്രദീപിനെ മാത്രമല്ല ജോലിയിൽ പരിചയസമ്പന്നരായ മറ്റുപലരേയും കൂടുതൽ ശമ്പളം വാഗ്ദാനം ചെയ്ത് അവരുടെ സ്ഥാപനത്തിലേക്ക് കൊണ്ടുപോകുകയാണുണ്ടായത്.

JBCയുടെ മൊത്തം ജീവനക്കാരിൽ വളരെ വ്യത്യസ്തത പുലർത്തുന്ന വ്യക്തിയായിരുന്നു പ്രദീപ്. പൂജ്യത്തിൽ നിന്നും തുടങ്ങി ഈ ബിസിനസ്സിന്റെ സകലവശങ്ങളും വിശദമായി പറഞ്ഞുകൊടുത്ത് പഠിപ്പിച്ചെടുത്തു. തന്റെ സ്വന്തം കഴിവുകൊണ്ട് കസ്റ്റമേഴ്സിന്റെ ഇടയിൽ സ്വീകാര്യമായ ഒരു വ്യക്തിത്വം സ്ഥാപിച്ചെടുക്കാൻ അയാൾക്ക് കഴിഞ്ഞിട്ടുണ്ട്. കസിൻ ബ്രദറിന്റെ കമ്പനിയിൽ ചേർന്നു പ്രവർത്തിക്കാനുള്ള താല്പര്യം വളരെ പ്രകടമായിത്തന്നെ പിന്നീടുള്ള അയാളുടെ പെരുമാറ്റത്തിൽ പ്രതിഫലിക്കാൻ തുടങ്ങിയിരുന്നു. JBCയുടെ കസ്റ്റമേഴ്സിന്റെ വിശദവിവരങ്ങളും ബിസിനസ്സ് രഹസ്യങ്ങളുമടക്കം എ-റ്റു-സെഡ് കാര്യങ്ങൾ അറിയാവുന്ന ഒരാളെന്ന നിലയ്ക്ക് JBCയെ അത് പ്രതികൂലമായി ബാധിച്ചു.

പരിചയസമ്പന്നരായ ജോലിക്കാർ വിട്ടുപോകുന്നത് ഏതൊരു സ്ഥാപനത്തിനും ഗുണം ചെയ്യുകയില്ല. എത്ര തന്നെ വിദ്യാസമ്പന്നരാണെങ്കിലും പുതിയ ജോലിക്കാരെ നിയമിച്ചാൽ അവരെ തുടക്കം മുതൽ പറഞ്ഞ് പഠിപ്പിച്ച് പരിശീലിപ്പിച്ചെടുക്കേണ്ടതുണ്ട്. ഈ ഫീൽഡിൽ പരിചയസമ്പന്നരെ ലഭിക്കണമെങ്കിൽ കൂടുതൽ ശമ്പളം കൊടുക്കുകയും വേണം.

JBCയിൽ സംഭവിച്ചത് അതാണ്, പഠിപ്പിച്ചെടുത്ത പലരും പോയി. പുതിയതായി ചിലരെ എടുത്തു പരിശീലിപ്പിച്ചു. തല്ക്കാലം കുറച്ചു ബുദ്ധിമുട്ടുകൾ ഉണ്ടായെങ്കിലും ഇപ്പോൾ പരിശീലനം സിദ്ധിച്ചവരെല്ലാം അവരവരുടെ ജോലി ഉത്തരവാദിത്വത്തോടുകൂടി ചെയ്തു വരുന്നു.

വിട്ടുപോയവരിൽ പലരും സ്വന്തമായി കമ്പനി തുടങ്ങാനും പ്രതിയോഗികളുടെ കൂടെ ചേരാനും ഞങ്ങളുടെ ചിരകാലമായിട്ടുള്ള ഉപഭോക്താക്കളെ പ്രലോഭിപ്പിച്ച് അടർത്തിയെടുക്കാനും ശ്രമിച്ചിട്ടുണ്ട്. പക്ഷെ ഞങ്ങളെ സംബന്ധിച്ചിടത്തോളം അതൊന്നും ഒരു വിഷയമേ ആയിരുന്നില്ല എന്നതാണ് യാഥാർത്ഥ്യം. കാരണം ഇരുപത്തേഴുവർഷത്തെ സേവനപാരമ്പര്യംകൊണ്ട് ദുബായിലെ കാർഗോ രംഗത്ത് ഒരു ബ്രാൻഡ് നെയിം ആയി മാറിയിരിക്കുന്നു JBC. തന്നെയുമല്ല സർവ്വീസിനാവശ്യമായ എല്ലാവിധ അടിസ്ഥാന സൗകര്യങ്ങളും വളരെ ദീർഘവീക്ഷണത്തോടെ ആസൂത്രണം ചെയ്തു തന്നെ എല്ലായിടത്തും പണികഴിപ്പിച്ചിട്ടുണ്ട്.

ലണ്ടനിൽ പത്തുവർഷത്തോളം ഡോക്ടറായി സേവനമനുഷ്ഠിച്ചിരുന്ന മൂത്തമകൻ അനൂപ് അവിടെ നിന്നും എം.ബി.എ ബിരുദമെടുത്തശേഷം 2011 ൽ ദുബായിൽ വന്ന് JBCയുടെ ഗ്രൂപ്പ് സി.ഇ.ഒ. ആയി ചാർജ്ജ് എടുത്തു. കമ്പനിയുടെ പ്രവർത്തനങ്ങൾ അർഹിക്കപ്പെടാത്തവരുടെ കൈകളിൽ മാത്രം ഒതുങ്ങിനിൽക്കുന്നതായി അനൂപിന് തോന്നി. അതിനൊരു വിരാമം ആവശ്യമാണെന്ന് എന്നോട് പലപ്പോഴും സൂചിപ്പിച്ചിട്ടുണ്ടായിരുന്നു. കമ്പനി അഞ്ചുപേരുടെ പാർട്ടണർഷിപ് അവകാശത്തിലായതിനാൽ എനിക്ക് സ്വന്തമായി ഒരു തീരുമാനം എടുക്കാൻ കഴിയില്ലായിരുന്നു. അനൂപിന് തക്കതായ അംഗീകാരം നൽകി കൂടെ നിർത്തി അവന്റെ കഴിവുകളെ കമ്പനിയുടെ വളർച്ചക്കായി പ്രയോജനപ്പെടുത്താൻ ആരും മുന്നോട്ടുവരികയോ ശ്രമിക്കുകയോ ചെയ്തില്ല. അതിന്റെ പരിണതഫലമായിട്ടാണ് കമ്പനിയിൽ Restructuring വേണമെന്നുള്ള ഉദ്ദേശം എന്നോട് പറയുകയും ഒരു നല്ല കൺസൽട്ടൻസിയെ കണ്ടെത്തുകയും ചെയ്തത്. NVOCC എന്ന ഒരു പുതിയ ഷിപ്പിംഗ് ബിസിനസ് കൂടി JBC യുടെ ഭാഗമാക്കാനായി വലിയ വലിയ വാഗ്ദാനങ്ങളാണ് കൺസൽറ്റന്റ് കമ്പനി നൽകിയത്. എല്ലാവരും ആ വാഗ്ദാനത്തെ അംഗീകരിച്ച് കുറെ അധികം പണം ചിലവഴിച്ചെങ്കിലും ഒന്നും ഫലവത്തായില്ല. മാത്രമല്ല വളരെ കൊല്ലത്തെ പ്രവർത്തിപരിചയവും കമ്പനിയുടെ വരുമാനത്തിൽ നല്ലൊരു പങ്കുവഹിക്കുകയും ചെയ്തിരുന്ന പ്രധാനപ്പെട്ട ജോലിക്കാർക്ക് പുതിയ പ്രവർത്തനശൈലിയും പെരുമാറ്റവും ഉൾക്കൊള്ളാൻ സാധിക്കാതെയും വന്നു. അങ്ങിനെ തോന്നിയവരെല്ലാം ഒന്നൊന്നായി വിരമിക്കാൻ തയ്യാറെടുക്കുകയും ചെയ്തു. അത് കമ്പനിയുടെ ഒരു വഴിത്തിരിവായിരുന്നു. പുതിയ ജോലിക്കാരെ കണ്ടെ

ത്തി കമ്പനിയുടെ ദൈനംദിന പ്രവൃത്തികൾക്ക് വിഷമം വരാതെ മുന്നോട്ട് പോകുക എന്നത് ഒരു എളുപ്പമുള്ള ദൗത്യമായിരുന്നില്ല. ഞാനും നളിനിയും പഠിപ്പിച്ചെടുത്ത സമർത്ഥരായ പലരും കമ്പനി വിട്ടു പോയി. അവരിൽ പലരും സ്വന്തമായി കമ്പനികൾ തുടങ്ങി. JBC യുടെ പ്രവർനശൈലിയെ മാതൃകയാക്കി അവർക്ക് പുതിയ കമ്പനികൾ തുടങ്ങുന്നത് വളരെ എളുപ്പമായിരുന്നു.

ഏകദേശം ആ സമയത്തുതന്നെയാണ് കമ്പനിയിൽ നിന്നു രവിയും പാർട്ടണർഷിപ്പ് ഒഴിവാക്കി പിരിയുന്നത്. കൺസൾറ്റിംങ്ങ് കമ്പനിയുടെ പ്രവൃത്തികൾ കമ്പനിക്ക് ഗുണം ചെയ്യുന്നതിനേക്കാൾ കൂടതൽ ദോഷകരമായിട്ടാണ് പിന്നീട് എല്ലാവർക്കും തോന്നിത്തുടങ്ങിയത്. അങ്ങിനെ കൺസൽട്ടൻസിക്ക് നോട്ടീസ് കൊടക്കുകയും ഒഴിവാക്കുകയും ചെയ്തു. കൺസൽട്ടൻസികൊണ്ടും റിസ്ട്രച്ചറിംഗ് കൊണ്ടും കമ്പനിക്ക് ഗുണത്തേക്കാളേറെ ദോഷമാണ് സംഭവിച്ചത്. ഒരു കാര്യത്തിൽ മാത്രം കമ്പനിക്ക് നേട്ടമുണ്ടായി. കമ്പനിയുടെ ദൈനംദിന പ്രവർത്തനങ്ങൾ ചുരുക്കം ചിലരുടെ കൈകളിൽ നിന്നും വേർപ്പെടുത്തിയെടുക്കാൻ കഴിഞ്ഞു എന്നതാണ് ഈ നേട്ടം. ഇപ്പോൾ മാനേജ്മെന്റ് പറയുന്നത് അനുസരിക്കുന്ന ജോലിക്കാർ ഉള്ള ഒരു കമ്പനിയായി മാറി എന്നത് ഒരു യാഥാർത്ഥ്യമാണ്. അനൂപിന്റെ താൽപര്യപ്രകാരമാണ് കൺസൾട്ടൻസിയെ കൊണ്ടുവന്നതും കമ്പനിയിൽ മാറ്റങ്ങൾ വേണമെന്ന ഉറച്ച തീരുമാനത്തിൽ മുന്നോട്ടു പോയതും. അത് പാർട്ടണർമാരിൽ ചിലർക്ക് ഇഷ്ടപ്പെട്ടിരുന്നില്ല. അച്ഛൻ സ്ഥാപിച്ചെടുത്ത കമ്പനിയിൽ മക്കൾക്കാണ് പിൽക്കാല അവകാശം എന്ന് തോന്നുന്നതിൽ തെറ്റില്ല. ദുബായിൽ മറ്റുള്ളവരുമായി സഹകരിച്ച് മുന്നോട്ടുപോകാൻ അനൂപിന് സാധിക്കാതെ വന്നു. അതു മനസ്സിലാക്കിയാണ് 2013ൽ അനൂപിനെ മസ്ക്കറ്റ് ബ്രാഞ്ചിലേക്ക് മാറ്റിയത്. അനുപിനെ മസ്ക്കറ്റിലേക്ക് മാറ്റിയതിന്റെ സാഹചര്യത്തെക്കുറിച്ച് ചെറു വിവരണം നൽകിയെന്നുമാത്രം.

ഡോക്ടർ അനൂപ് മസ്ക്കത്ത് ബ്രാഞ്ചിൽ ചാർജ്ജെടുത്തശേഷമാണ് മസ്ക്കത്തിൽ സ്വന്തമായി JBCക്ക് അഡ്രസ്സ് ഉണ്ടായത്. JBCക്ക് സ്വന്തമായി ഒരു സ്ഥലവും ഓഫീസ്സും മറ്റുസൗകര്യങ്ങളും വേണം എന്ന ആശയം മുന്നോട്ടുവെച്ചതും അതിനുള്ള പരിശ്രമത്തിനിടയിൽ മസ്ക്കത്തിൽ മിഷ്ഫ എന്ന സ്ഥലത്ത് 30,000 സ്ക്വയർഫീറ്റ് ലാന്റ് സ്വന്തമായി വാങ്ങാൻ തീരുമാനിച്ചതും അനൂപ് മുൻകയ്യെടുത്താണ്. 3.5 മില്യൻ യുഎഇ ദിർഹം മുടക്കിയാണ് സ്ഥലം വാങ്ങിയത്.

പിന്നീട് ആ സ്ഥലത്ത് ഓഫീസ്സും വെയർഹൗസും സ്റ്റാഫ് ക്വാർട്ടേഴ്സുകളും പണിയാൻ കോൺട്രാക്റ്റ് കൊടുക്കുകയും ഉദ്ദേശം 5 മില്യൺ യുഎഇ ദിർഹം ചിലവഴിച്ച് മേൽപറഞ്ഞ എല്ലാവിധ സൗകര്യങ്ങളോടും കൂടിയ JBC ലോജിസ്റ്റിക് സെന്റർ എന്ന സ്ഥാപനം ഉയർന്നുവന്നു. 2018ൽ അത് ഉദ്ഘാടനം കഴിഞ്ഞു.

ഡോക്ടർ അനൂപിന്റെ ശക്തമായ നേതൃത്വത്തിൽ മസ്ക്കത്ത് ശാഖ വളരെ വ്യവസ്ഥാധിഷ്ഠിതമായ രീതിയിൽ തന്നെ പ്രവർത്തിച്ചുവരുന്നു. ഇത്രയും വലിയ തുക മുതൽ മുടക്കിയതിന്റെ നേട്ടം വരും കാലങ്ങളിൽ കമ്പനിക്ക് കരുത്തും പുരോഗതിയും പ്രദാനം ചെയ്യുമെന്നുള്ളത് ഉറപ്പാണ്. തുടർന്ന് പുതിയ സ്ഥലത്തേക്ക് വാടകസ്ഥലത്തുനിന്നും ഓപ്പറേഷൻ പൂർണ്ണമായും ഷിഫ്റ്റ് ചെയ്തു. അങ്ങനെ 25 വർഷത്തോളം പല സ്ഥലങ്ങളിലായി വാടക സ്ഥലങ്ങളിൽ ബിസിനസ്സ് നടത്തുക എന്ന പതിവിന് വിരാമമായി.

ജെബൽ അലി ശാഖ രണ്ടാമത്തെ മകൻ അഭിലാഷിന്റെ സൂക്ഷ്മ നിരീഷണത്തിലും നിയന്ത്രണത്തിലും സുഗമമായി പ്രവർത്തിക്കുന്നു. ജെബൽ അലി ഫ്രീസോണിൽ ജെബിസി വളരെ പ്രശംസനീയവും പ്രതീക്ഷാനിർഭരവുമായ രീതിയിൽ മുന്നോട്ടു കുതിക്കുന്നു. ഉദ്ദേശം 10 മില്യൺ ദിർഹം ചെലവു ചെയ്താണ് രണ്ടുലക്ഷം ചതുരശ്ര അടി യിൽ എല്ലാവിധ നവീന സൗകര്യങ്ങളും ഒരുക്കിയിരിക്കുന്നത്. ഡോ ക്യുമെന്റേഷൻ, Storage & Distribution തുടങ്ങി ലോങ് അന്റ് ഷോർട്ട്ടേം സ്റ്റോറേജ് വരെയുള്ള എല്ലാ സേവനങ്ങളും ജെബൽ അലിയിൽ ചെയ്തുവരുന്നു.

പുഷ്പരാജിന് രണ്ടുമക്കൾ ആഘോഷും അമൃതയും. രണ്ടുപേരും വിവാഹിതരാണ്. ആഘോഷിന് ഒരു മകളും അമൃതയ്ക്ക് ഒരു മകനും കുട്ടികളാണ്. ദുബായിലെ പ്രാഥമിക വിദ്യാഭ്യാസത്തിനുശേഷം ലണ്ടനിൽ നിന്ന് എം ബി എ ബിരുദമെടുത്ത് ജെബിസിയിൽ ജോയിൻ ചെയ്യുകയായിരുന്നു. ഇപ്പോൾ കമ്പനിയുടെ ചീഫ് ഓപ്പറേറ്റിംഗ് ഓഫീസറായി ദുബായ്, അബുദാബി, ഷാർജ എന്നീ ബ്രാഞ്ചുകളിലെ ദൈനംദിന പ്രവർത്തനങ്ങൾ പുഷ്പരാജിന്റേയും ആഘോഷിന്റേയും മേൽനോട്ടത്തിൽ നടന്നുവരുന്നു.

Ras Al Khor ലെ ഞങ്ങളുടെ കോർപ്പറേറ്റ് ഓഫീസും നേരത്തെ തന്നെ എല്ലാരീതിയിലും നവീകരിച്ച് സജ്ജമാക്കിയിട്ടുണ്ട്. പത്തുപൈസ വാടക കൊടുക്കാതെയാണ് ഇത്രയും വലിയ സ്ഥാപനം പ്രവർത്തിച്ചു

വരുന്നത് എന്നതുതന്നെയാണ് ഞങ്ങളുടെ വിജയം എന്ന് എടുത്തുപറയേണ്ടതുണ്ട്. ഗവർമെന്റിന് അവർ നിശ്ചയിച്ച ലാന്റ് ടാക്സ് മാത്രം കൊടുക്കുകയേ വേണ്ടൂ. പാർട്ടണർ പുഷ്പരാജനും മകൻ ആഘോഷും ചേർന്ന് ദുബായ്, ഷാർജ, അബുദാബി ഓഫീസുകളിലെ പ്രവർത്തനങ്ങൾ സ്തുത്യർഹവും സുശക്തവുമായ രീതിയിൽ മുന്നോട്ടുകൊണ്ടു പോകുന്നു. ദുബായിലെ ഓഫീസ് Main Hub ആയതുകൊണ്ട് റിസ്കും റെസ്പോൺസബിലിറ്റിയും വളരെ കൂടുതലാണ്. ഒരു ട്രാൻസിറ്റ് പോയിന്റ് എന്നതിലുപരി സാധനങ്ങൾ വേർതിരിച്ച് കസ്റ്റമേഴ്സിന് ഡെലിവറിക്ക് പോകുന്നതും കാർഗോ ക്ലിയറൻസ് ഡോക്കുമെന്റേഷൻ, ലോഡിംഗ് അൺലോഡിംഗ്, സ്റ്റോറേജ് ആന്റ് ഡിസ്ട്രിബ്യൂഷൻ എന്നിവയെല്ലാം ചെയ്യുന്നതിനാൽ ദുബായിലും ജെബൽ അലിയിലുമാണ് കൂടുതൽ പേർ ജോലി ചെയ്യുന്നത്.

ദുബായ് നിലനിൽക്കുന്നിടത്തോളം കാലം ഞങ്ങളുടെ ബിസിനസ്സിന് ഒരു പ്രതിസന്ധിയും ഉണ്ടാവുകയില്ല. കാരണം കമ്പനിയുടെ അടിത്തറ അങ്ങിനെയാണ് രൂപപ്പെടുത്തിയിരിക്കുന്നത്. ബിസിനസ്സ് ചെയ്യാതെ തന്നെ ഇപ്പോഴത്തെ സൗകര്യങ്ങൾ റെന്റ് ഔട്ട് ചെയ്താൽ പോലും ഞങ്ങളുടെ തലമുറകൾക്ക് സുഖമായി ജീവിക്കാനുള്ള വരുമാനം ലഭിക്കുമെന്നുള്ളത് നിസ്സംശയം പറയാവുന്ന കാര്യമാണ്.

19 വർഷം നീണ്ടുനിന്ന കാനു ഗ്രൂപ്പ് കമ്പനിയിലെ എന്റെ ഔദ്യോഗിക ജീവിതത്താൽ എനിക്ക് സ്വന്തമായി ഒരു സ്ഥാപനം കെട്ടിപ്പടുക്കാൻ കഴിഞ്ഞു. വിലമതിക്കാനാവാത്ത പരിചയസമ്പത്തുക്കൾ നേടിത്തന്നു. വളരെയധികം സ്ഥാപനങ്ങളുമായുള്ള ബന്ധങ്ങളും പല ഉന്നത വ്യക്തികളുമായുള്ള ഇടപെടലുകളും വലിയ സുഹൃദ്‌വലയവും അതിൽ എടുത്തുപറയത്തക്കതാണ്. ജീവിതം കെട്ടിപ്പടുക്കാനുള്ള ആ ഓട്ടത്തിനിടയിലും ഞങ്ങൾ ജീവതം ആസ്വദിക്കാൻ മറന്നില്ലായിരുന്നു. ഒഴിവു ദിവസങ്ങളിൽ പ്രത്യേകിച്ച് ഒന്നിലധികം ഒഴിവുദിവസങ്ങൾ അടുപ്പിച്ച് കിട്ടുന്ന പെരുന്നാൾ, ന്യൂ ഈയർ തുടങ്ങിയ അവസരങ്ങളിൽ നാലോ അഞ്ചോ കുടുംബങ്ങൾ ഒത്തു ചേർന്ന് പിക്നിക്ക് പോകുമായിരുന്നു. ALAIN, ABUDABI, FUJARAH, RASAL KHAIMAH തുടങ്ങിയ മറ്റ് എമിറേറ്റുകളിലേക്കാണ് ആ യാത്രകളധികവും ചെയ്തിട്ടുള്ളത്. 28 സീറ്റുള്ള മിനി ബസ്സ് വാടകക്കെടുത്തായിരുന്നു ആ യാത്രകൾ. അന്ന് ഇതല്ലാതെ മറ്റ് ഉല്ലാസപരിപാടികൾ ഒന്നും ഇല്ലായിരുന്നു. അതുപോലെത്തന്നെ വളരെ കുറച്ച് മലയാളികൾ മത്രമാണ് കുടുംബസമേതം ദുബായിൽ ഉണ്ടാ

യിരുന്നത്. യാത്രക്കിടയിൽ കഴിക്കാനുള്ള വിഭവങ്ങൾ, രാവിലെയും ഉച്ചയ്ക്കും കഴിക്കാനുള്ളതടക്കം എല്ലാവരും വീടുകളിൽ നിന്ന് ഉണ്ടാക്കി കൊണ്ടുവരും. രാവിലെ ആറുമണിക്ക് പോയാൽ വൈകുന്നേരം ആറുമണിക്ക് തിരിച്ചെത്തും. ഏതെങ്കിലും പാർക്കിൽ കൂട്ടംകൂടിയിരുന്ന് കൊണ്ടുവന്ന വിഭവങ്ങൾ പങ്കിട്ടുകഴിക്കും. അതെല്ലാം ജീവിതത്തിൽ പിന്നിട്ട ഒരു കൂട്ടുകൂടലിന്റേയും സ്നേഹം പങ്കിട്ട നല്ല ദിവസങ്ങളുടേയും കുറെ നല്ല ഓർമ്മകളായി മനസ്സിൽ ഇപ്പോഴും തങ്ങിനിൽക്കുന്നു.

ഇതുകൂടാതെ ജോലിയുടെ ഭാഗമായി കസ്റ്റമേഴ്സിനെ സന്ദർശിക്കാനായി എല്ലാ എമിറേറ്റുകളിലേക്കും അതുപോലെ മസ്ക്കറ്റിലേക്കും ഞാൻ തനിച്ച് യാത്ര ചെയ്യാറുണ്ടായിരുന്നു. അതെല്ലാം തനിയെ കാർ ഡ്രൈവ് ചെയ്തായിരുന്നു പോയിരുന്നത്. കമ്പനി വളർന്ന് വലുതായതിനുശേഷമാണ് ഇത്തരം യാത്രകൾ വിമാനത്തിലാക്കിയത്. ദോഹയിലേക്കും മസ്ക്കറ്റിലേയ്ക്കും ഇടക്കിടെ വിമാനസർവീസുകൾ ഉണ്ടായിരുന്നു. ദോഹയും മസ്ക്കറ്റും ഞങ്ങൾക്ക് ഒരു കസ്റ്റമർ ഡാറ്റാബേസ് ഉള്ള സ്ഥലങ്ങളായിരുന്നു. അതിനാൽ അവിടേയ്ക്ക് കൂടതൽ യാത്രകൾ വേണ്ടിവന്നു. രണ്ടും മൂന്നും ദിവസം ഹോട്ടലിൽ താമസിച്ച് കസ്റ്റമേഴ്സിനെ സന്ദർശിച്ചശേഷമാണ് മടങ്ങുക. ഇപ്പോൾ നാലു വർഷമായി ദോഹയുമായുള്ള വ്യാപാരബന്ധം നിർത്തിയശേഷം കസ്റ്റമർ ബന്ധങ്ങൾ നിലച്ചിരിക്കുകയാണ്. വ്യാപാരബന്ധം പുനസ്ഥാപിച്ചാൽ മാത്രമാണ് ഞങ്ങൾക്ക് ദോഹയിൽ നേരിട്ടുകൊണ്ടിരിക്കുന്ന നഷ്ടത്തിന് പരിഹാരം കാണാൻ സാധിക്കുകയുള്ളൂ.

ദോഹയിൽ "ഗൾഫ് ഫാൽക്കൻ സർവീസസ്"എന്ന സ്ഥാപനം ഞങ്ങളുടെ ലോക്കൽ സ്പോൺസർ ആയിരുന്നു. ഞങ്ങൾ അയക്കുന്ന വസ്തുക്കൾ എല്ലാം തരം തിരിച്ച് വിതരണം ചെയ്തിരുന്നതും അക്കൗണ്ടിലൂടെ ഞങ്ങൾക്ക് പണം നല്കിയിരുന്നതും 'ഗൾഫ് ഫാൽക്കൻ' ആയിരുന്നു. മി. അലി ഹസ്സൻ ആയിരുന്നു സ്ഥാപനത്തിന്റെ ഉടമ. അദ്ദേഹം ഇന്ന് ജീവിച്ചിരിപ്പില്ല. അദ്ദേഹം എന്റെ ബിസിനസ് പാർട്ടണർ മാത്രമല്ലായിരുന്നു. സ്വന്തം സഹോദരൻ, നല്ല സുഹൃത്ത്, എന്നീ നിലകളിൽ എല്ലാം സ്നേഹസമ്പന്നനായിരുന്നു. ദോഹയിൽ ഞാൻ ചെന്നാൽ ഹോട്ടലിൽ നിന്ന് അദേഹം സ്വന്തം വണ്ടിയിൽ വന്ന് എന്നെ ഓഫീസിലേയ്ക്ക് കൊണ്ടുപോകും. പിന്നീട് ഒന്നിച്ച് ഞങ്ങൾ കസ്റ്റമേഴ്സിനെ കാണാൻ പോകും. ഉച്ചഭക്ഷണം അദ്ദേഹത്തിന്റെ വക ഏറ്റവും നല്ല ഫുഡ്കോർട്ടിൽ നിന്നാകും. ഒന്നുരണ്ടു തവണ അദ്ദേഹം ഉച്ചഭക്ഷണം

കഴിക്കാനായി എന്നെ അദ്ദേഹത്തിന്റെ വീട്ടിലേയ്ക്ക് കൊണ്ടുപോയിട്ടു ണ്ട്. ഒരു ആടിനെ മുഴുവനായി വേവിച്ചതു ചോറും മറ്റ് മസാലകളും ചേർത്ത് ഒരു വലിയ തളികയിൽ വെച്ച് അദ്ദേഹവും പിതാവും മറ്റു സ ഹോദരന്മാരും എല്ലാവരും അതിനു ചുറ്റുമിരുന്ന് ആടിന്റെ ഓരോ ഭാഗ ങ്ങൾ പറിച്ചെടുത്ത് കഴിച്ചിരുന്ന ഓർമ്മ എന്റെ മനസ്സിൽ ഇപ്പോഴും ഇ ന്നലെ കഴിഞ്ഞതുപോലെ മായാതെ കിടക്കുന്നു. ഇനിയൊരിക്കലും തി രിച്ചുകിട്ടാത്ത ആ നല്ല ഇന്നലെകളെ ഓർക്കുന്നതും മനസ്സിൽ സന്തോ ഷം തരുന്ന ഒന്നാണ്. മൺമറഞ്ഞുപോയ എന്റെ ആ നല്ല സുഹൃത്ത് അലി ഹസ്സന് ആയിരം പ്രണാമങ്ങൾ അർപ്പിക്കുന്നു. അങ്ങിനെ എത്ര യെത്ര അനുഭവങ്ങൾ എന്റെ ജീവിതവുമായി ബന്ധപ്പെട്ടുകിടക്കുന്നു, ഓർക്കാനും ഓർത്തിരിക്കാനും. പ്രത്യേകിച്ചും ഈ കോവിഡ് മഹാമാ രിക്കാലത്ത്.

1993 ൽ ജെബിസി ഒരു ചെറിയ രൂപത്തിലാണ് രൂപം കൊണ്ടത് എ ന്ന് മുൻപ് പറഞ്ഞിരുന്നു.

ഈ സ്ഥാപനം ഇന്ന് ഗൾഫ് നാടുകളിൽ മുഴുവനും അറിയപ്പെടുന്ന ഒരു Logistic and Freight forwarding Companyയായി വളർന്ന് പന്തലി ച്ചു നിൽക്കുന്നു. ഈ വളർച്ചക്ക് പിന്നിൽ ഞങ്ങൾ നാട്ടിൽ നിന്നും കൊ ണ്ടുവന്ന കുറേപേരുടെ കഠിനാദ്ധ്വാനവും സഹകരണവും ആത്മാർ ത്ഥതയും സത്യസന്ധമായ പ്രവൃത്തനവും എടുത്തുപറയാതെ വയ്യ. നൂറുകണക്കിന് പേരെയാണ് ജോലിയുടെ ബാലപാഠം പോലും അറി യാത്തവരെ കൊണ്ടുവന്നത്. അതിൽ സ്വന്തക്കാരും ബന്ധക്കാരും അ യൽവാസികളും എല്ലാം ഉണ്ടായിരുന്നു. ഇവരെയെല്ലാം ഏകോപിപ്പിച്ച് കൂടെ നിർത്തി ആവശ്യമായ ട്രെയിനിങ്ങ് നൽകി വളർത്തി എടുത്തതാ ണ്. ലേബറായി കൊണ്ടുവരുന്നവർ പലരും ലൈസൻസ് എടുത്ത് ഡ്രൈ വർമാരായി മാറി. ക്ലറിക്കൽ പോസ്റ്റിൽ വന്നവർ പലരും പല ഉയർന്ന പോസ്റ്റിലേക്കും പ്രൊമോഷൻ നേടി.

Consolidation cargo service എന്താണെന്നുപോലും അറിയാത്തവ രായിരുന്നു പലരും. അക്കാദമിക ബിരുദങ്ങൾ ഉള്ളവരെങ്കിലും കസ്റ്റമർ കെയർ മറ്റൊരു സ്കില്ലാണ്. അതിന്റെ ബാലപാഠങ്ങൾ ഓരോന്നും പറ ഞ്ഞുകൊടുത്തും ട്രെയിൻ ചെയ്തും എല്ലാവരേയും ഇൻഡസ്ട്രിക്ക് അ നുയോജ്യമായ വിധത്തിൽ വളർത്തിയെടുക്കാൻ കഴിഞ്ഞതിൽ എനി ക്ക് വളരെ ചാരിതാർത്ഥ്യമുണ്ട്. ട്രെയിനിംഗ് കൊടുക്കുന്നതിൽ പ്രധാന പങ്ക് വഹിച്ചിരുന്നത് സഹധർമ്മിണി നളിനിയായിരുന്നു.

എല്ലാറ്റിനും ഒരു കാലപരിധിയും സമയവും ഉണ്ടല്ലോ? അത് ജീവിതത്തിലായാലും സ്ഥാപനങ്ങളിലായാലും ശരിതന്നെയാണ്. സ്വാഭാവികമായും ജെബിസിക്കും അതുതന്നെ സംഭവിച്ചു. ജോലിക്കാരിൽ പലർക്കും സ്വന്തമായി കമ്പനി തുടങ്ങാനും ഉയർന്ന ശമ്പളത്തിൽ മറ്റുസ്ഥാപനങ്ങളിലേക്ക് മാറാനും തുടങ്ങി. അവർക്ക് ഏതു ആധുനിക കാർഗോ ഇൻഡസ്ട്രിയിൽ ജോലി ചെയ്യാനും സ്വന്തമായി കമ്പനി തുടങ്ങാനും പ്രാപ്തരാക്കുംവിധം എല്ലാവിധ എക്സ്പീരിയൻസും ജെബിസിയിൽ നിന്ന് ലഭിച്ചിരുന്നു എന്നത് ഒരർത്ഥത്തിൽ ആത്മസംതൃപ്തി തരുന്നതാണ്.

എനിക്കതിൽ ഇവരോടൊന്നും ഒരു പരാതിയുമില്ല. മറിച്ച് കൺസോളിഡേഷൻ കാർഗോ സർവീസ് ഇൻഡസ്ട്രിക്ക് അനുയോജ്യമാകുംവിധം പലരേയും പരിശീലനം നൽകി ഈ രംഗത്തേക്ക് കൊണ്ടുവരാൻ കഴിഞ്ഞതിൽ അഭിമാനിക്കുന്നു.

നളിനകാന്തി

പേര് സൂചിപ്പിക്കുന്നതുപോലെ തന്നെ ഈ അദ്ധ്യായം സഹധർമ്മിണിയെ കുറിച്ചാണ്. ഇനിയും ഒട്ടേറെ പറയാനുണ്ട് എന്നുതോന്നി. 1967 ജനുവരി 29 ന് വിവാഹം കഴിഞ്ഞ അന്നുമുതൽ ഇന്നുവരെ നളിനി എന്റെ സഹധർമ്മിണിയായി, സന്തതസഹചാരിയായി, ഉപദേഷ്ടാവായി, ഉത്തമ സുഹൃത്തായി, കൈത്താങ്ങായി കൂടെ ഓഫീസ്സിൽ ഒരുമിച്ച് ജോലിചെയ്തുവരുന്നു. ഇതിന് ഞങ്ങളെ അനുവദിച്ച്, അനുഗ്രഹിച്ച്, അവസരം തന്ന സർവ്വശക്തനായ ജഗദീശ്വരനോട് ഏറെ കടപ്പെട്ടിരിക്കുന്നു.

ഞങ്ങളുടെ വിവാഹം പലവിധ കാരണങ്ങൾകൊണ്ടും നടക്കാൻ സാധ്യതയില്ലാത്തതായിരുന്നു. പിന്നെ എങ്ങനെ നടന്നു എന്നു ചോദിച്ചാൽ യോഗം അല്ലെങ്കിൽ ദൈവനിശ്ചയം എന്നുപറയാം. കാരണം എന്റെ വീട്ടിൽ അന്ന് ഒരു കഴിവും ഇല്ലായിരുന്നു. അച്ഛൻ, അമ്മ, ഏഴുസഹോദരങ്ങൾ, ഒരു സഹോദരി, സഹോദരന്മാരുടെ ഭാര്യമാർ, കുട്ടികൾ അങ്ങനെ എല്ലാവരും ചേർന്ന് ഒരു വലിയ കൂട്ടുകുടുംബം. നളിനിയുടെ വീട്ടിൽ അച്ഛൻ, അമ്മ, രണ്ടു അനുജന്മാരും രണ്ട് അനുജത്തിമാരും മാത്രം. അച്ഛന് ബോംബെയിൽ ജോലി.

നളിനിയുടെ അമ്മ കമലാക്ഷി വളരെ ഉത്തരവാദിത്തബോധമുള്ള അമ്മയായിരുന്നു. അച്ഛൻ അല്പം മദ്യപാനശീലമുള്ളയാളായിരുന്നു. അദ്ദേഹം ഏക മകനായിട്ടാണ് വളർന്നത്. അതിനാൽ സ്വന്തം ഇഷ്ടമനുസരിച്ച് തീരുമാനങ്ങളെടുക്കുകയും അതനുസരിച്ച് ജീവിക്കുകയും ചെയ്തുപോന്നു. ഒരു കൂട്ടുകുടുംബത്തിൽ ജീവിച്ച അനുഭവം ഇല്ലാത്തതിനാൽ ആരേയും ഭയപ്പെടാതെയും അനുസരിക്കാതെയും ജീവിക്കുന്ന രീതിയായിരുന്നു അദ്ദേഹത്തിന്. ഇതുകാരണം കൂടിയാണ് നളിനിയുടെ അമ്മവാന്റെ എതിർപ്പിനെ അവഗണിച്ച് എന്റെയും നളിനിയുടേയും വിവാഹം അദ്ദേഹം നടത്തിയതും.

നളിനിയുടെ അമ്മാവൻ പൊന്നരാശ്ശേരി കുമാരൻ, അന്ന് മറ്റം ദേശത്ത് അറിയപ്പെടുന്ന ജന്മിയായിരുന്നു. സമുദായത്തിൽ നിലയും വിലയുമുള്ള ഒരാൾ, കോൺഗ്രസ്സ് നേതാവ്. എന്റെ കുടുംബ പരിത സ്ഥിതി അന്വേഷിച്ചറിയുകയും അങ്ങിനെ ഈ ബന്ധത്തിന് എതിരുനില്ക്കുകയും

ചെയ്ത വ്യക്തി. അദ്ദേഹത്തെ ധിക്കരിച്ചുകൊണ്ടാണ് നളിനിയുടെ അച്ഛൻ ഈ വിവാഹം നടത്തിത്തന്നതെന്ന് പിന്നീടറിഞ്ഞു. ഞങ്ങളുടെ വിവാഹം കഴിഞ്ഞതുമുതൽ നളിനിയുടെ വീട്ടുകാർക്ക് അമ്മാവന്റെ വീട്ടുകാരുമായുള്ള ബന്ധം ഉപേക്ഷിക്കേണ്ടിവന്നു. അതോടെ അവരുടെ സഹായവും സഹവാസവും ഇല്ലാതായി.

നളിനിയുടെ വീട്ടിൽ അന്ന് സുഖമായ ജീവിതമായിരുന്നു. അഞ്ചേക്കറോളം വരുന്ന വലിയൊരു തെങ്ങിൻ പറമ്പും സമൃദ്ധിയായി നെല്ലു വിളയുന്ന കോൾപ്പാടങ്ങളും ഉണ്ടായിരുന്നു. പഠിക്കാൻ മിടുക്കിയായ നളിനി നന്നായി പാടുമായിരുന്നു. പത്താംക്ലാസ് പാസ്സായപ്പോൾ തുടർന്ന് പഠിക്കാൻ അമ്മാവൻ അനുവദിച്ചില്ല. പെൺകുട്ടികളൊക്കെ അത്ര പഠിച്ചാൽ മതിയെന്ന അമ്മാവന്റെ ആജ്ഞ അമ്മക്ക് അനുസരിക്കാതെ നിവൃത്തിയില്ലായിരുന്നു. അച്ഛൻ ബോംബെയിലായിരുന്നതുകൊണ്ട് അമ്മാവന്റെ നിയന്ത്രണത്തിലായിരുന്നു കാര്യങ്ങളൊക്കെ. പാട്ടുപഠിക്കാനുള്ള ആഗ്രഹവും മുടക്കിയത് അമ്മാവനായിരുന്നു. എന്തിനും ഏതിനും അമ്മാവന്റെ നിരോധനവും നിയന്ത്രണവും ഏറിവന്നപ്പോൾ ആദരവിനും ആരാധനയ്ക്കും പകരം ഒരു പ്രതിപുരുഷന്റെ പ്രതിരൂപമായി നളിനിയുടെ ഉള്ളിൽ അമ്മാവൻ എന്ന സങ്കല്പം മാറുകയായിരുന്നു. അന്തസ്സിന്റേയും ആഢ്യത്വത്തിന്റേയും അടിസ്ഥാനം സമ്പത്താണെന്ന തിരിച്ചറിവ് മനസ്സിൽ വളർന്നുകൊണ്ടി രുന്നു. ഒരു പക്ഷെ ആ തിരിച്ചറിവിന് കാരണമായത് അമ്മാവന്റെ അധികാര പ്രയോഗങ്ങളായിരുന്നു എന്നു പറയാം. ജന്മിത്വത്തിന്റേയും നാടുവാഴിത്തത്തിന്റേയും കാലഘട്ടത്തിൽ സ്വന്തം താല്പര്യങ്ങൾക്കനുസരിച്ച് ജീവിതം കരുപ്പിടിപ്പിക്കാൻ കഴിയാതെ പോയ ഒട്ടനവധി നളിനിമാരുണ്ടായിരുന്നു. സ്ത്രീസ്വാതന്ത്ര്യത്തിനുമേൽ പുരുഷൻ ആധിപത്യം സ്ഥാപിച്ചിരുന്ന കാലമായിരുന്നു അത്.

ചെറുപ്പത്തിൽ നളിനി വലിയ വാശിക്കാരിയായിരുന്നുവത്രെ. എത്ര ബുദ്ധിമുട്ട് സഹിക്കേണ്ടിവന്നാലും ഉദ്ദേശിച്ച കാര്യം നേടിയെടുക്കുക തന്നെ ചെയ്യുമായിരുന്നു. കർക്കശമായ ഭാവം, വിട്ടുവീഴ്ചയില്ലാത്ത തീരുമാനം, ദയ, സഹാനുഭൂതി എന്നീ വികാരങ്ങളും മനസ്സിൽ സൂക്ഷിച്ചിരുന്നു. മറ്റുള്ളവരുടെ ദൈന്യതയിൽ സ്വയം നൊമ്പരപ്പെടുന്ന ഒരു മനസ്സുണ്ടായിരുന്നു. ചെറുപ്പകാലത്ത് മറ്റു പെൺകുട്ടികളിൽ നിന്നും തികച്ചും വ്യത്യസ്തയായിരുന്നു നളിനി. പേരമരത്തിൽ കയറി പേരയ്ക്ക പറിച്ചും തൊടിയിലുള്ള ഞാവൽപ്പഴവും മറ്റും തിന്നുനടന്നും അല്ലലും അലട്ടുമില്ലാതെ പൂമ്പാറ്റകണക്കെ പാറിക്കളിച്ചിരുന്ന ഒരു ബാല്യം നളിനിക്കുണ്ടായിരുന്നു. തെക്കേതിലെ വല്യേച്ചിയുമൊത്ത് കല്ലുംകുളത്തിൽ

നിന്ന് തോർത്തുമുണ്ട് വലയാക്കി പരൽമീനുകളെ പിടിച്ചുരസിക്കുകയും, സന്ധ്യകളിൽ പറമ്പിനോട് ചേർന്ന് കിടക്കുന്ന കോൾപ്പാടത്തിന്റെ അനന്തവിശാലതയിലേക്കുനോക്കി സിനിമാഗാനങ്ങൾ പാടി ഉള്ളിലെ സംഗീതദാഹം ശമിപ്പിക്കുകയും ചെയ്തിരുന്ന ആ ബാല്യം എന്നും നളിനിയുടെ ഓർമ്മയിൽ ഉണ്ട്. ഇതോടൊപ്പം വായനാശീലവും നളിനിക്കുണ്ടായിരുന്നു. ഇതൊക്കെ പലപ്പോഴും ഞാനുമായി പങ്കുവെച്ചിട്ടുള്ള മധുരമുള്ള ഓർമ്മകളാണ്. പാട്ടുപഠിക്കണമെന്ന മോഹം ചെറുപ്പത്തിൽ തന്നെ കൊണ്ടുനടന്നിരുന്നു. എന്നാൽ വിധി അതിനൊന്നും അനുവാദം നൽകിയില്ല. പത്താം ക്ലാസ് പാസ്സായപ്പോൾ ടൈപ്പ് റൈറ്റിംഗും ഷോർട്ട്ഹാന്റും പഠിക്കാൻ പോയിരുന്നു.

മുല്ലശ്ശേരി താണവീഥി എന്ന സ്ഥലത്തുള്ള വീട്ടിൽ നിന്നും നളിനിയും അമ്മയും സഹോദരങ്ങളും കാൽനടയായി മറ്റത്തുള്ള അമ്മാവന്റെ വീട്ടിലെത്തിയാൽ കുട്ടികളുടെ മുഖത്തുപോലും അമ്മാവൻ നോക്കാറില്ല. കണ്ണിന് കാഴ്ചയില്ലാത്ത എന്റെ സഹോദരിയെ വിവാഹം കഴിച്ചയച്ചത് മറ്റത്തേക്കായിരുന്നു. സഹോദരിയുടെ ഭർത്താവ് നളിനിയുടെ അമ്മാവന്റെ വീട്ടിലൊക്കെ കൂലിവേല ചെയ്തിരുന്നു എന്ന കാരണം പറഞ്ഞാണ് അമ്മാവൻ കല്യാണത്തിനെ എതിർത്തത്. വിവാഹത്തിന് അമ്മാവൻ വന്നില്ല. പകരം അമ്മായിയെ പറഞ്ഞയച്ചു.

ഇത്തരത്തിൽ ബാല്യകാല അനുഭവങ്ങളുള്ള നളിനി പക്ഷെ എന്നെ സംബന്ധിച്ചിടത്തോളം എന്നും പ്രചോദനവും പ്രോത്സാഹനവും ആയിരുന്നു. എന്റെ അച്ഛനും നളിനിയിൽ വലിയ വിശ്വാസമായിരുന്നു. ബോംബെയിൽ പോയാൽ നളിനിക്കും ജോലികിട്ടുമെന്നും അത് എനിക്ക് ഒരു കൈത്താങ്ങാകുമെന്നും അച്ഛൻ പ്രതീക്ഷിച്ചിരുന്നു. അച്ഛന്റെ ആ പ്രതീക്ഷകളെല്ലാം നിറവേറിയെങ്കിലും അത് കാണുവാനും അനുഭവിക്കാനും കഴിഞ്ഞില്ല എന്നുമാത്രം.

ജീവിതം എന്തെന്നറിയാത്ത കാലത്ത് അവരുടെ പത്തൊമ്പതാമത്തെ വയസ്സിൽ എന്റെ ജീവിതത്തിലേക്ക് കടന്നുവരുമ്പോൾ എനിക്ക് ഇരുപത്തിയഞ്ച് വയസ്സ്. കഷ്ടതയിൽ നിന്നും കരകയറാനാവാതെ ഞാൻ വിഷമിച്ചിരുന്ന സമയം. താലിമാലയും ഉടുപുടവയും മറ്റുവിവാഹച്ചിലവുകൾക്കുമായി ബന്ധുജനങ്ങളെ ആശ്രയിക്കാതെ ഞാൻ സ്വയം കടംവാങ്ങിയാണ് ആ ചടങ്ങ് നടത്തിയത്. അന്നനുഭവിച്ച മാനസിക സംഘർഷവും പിരിമുറുക്കങ്ങളും ആലോചിക്കുമ്പോൾ വിവാഹം ചെയ്യുക എന്നത് എന്നെ സംബന്ധിച്ചിടത്തോളം ആ സാഹചര്യത്തിൽ ഒരു തെറ്റായ തീരുമാനമായിരുന്നു എന്ന് തോന്നിയിട്ടുണ്ട്. പക്ഷെ ഇപ്പോൾ വിധി

വിഹിതമേവനും ലംഘലിച്ചു കൂടുമോ എന്ന വചനം എത്ര അന്വർത്ഥമാണെന്ന് ജീവിതം ബോദ്ധ്യപ്പെടുത്തുന്നു.

വിവാഹനാളിൽ വിരുന്നിനെത്തിയ വധുവിന്റെ ബന്ധുക്കൾ എന്റെ വീടും അതു നിൽക്കുന്ന പത്തുസെന്റ് സ്ഥലവും കായ്ക്കുന്ന ഒരേയൊരു തെങ്ങും കണ്ട് അമ്പരന്നുനിന്നു. 'നമ്മുടെ മണിക്ക് (നളിനിയുടെ ഓമനപ്പേര്) ഇങ്ങനെ ഒരു ഗതി വന്നല്ലോ' എന്ന് മൂക്കത്ത് വിരൽവെച്ച് പറഞ്ഞതായി പിന്നീടറിഞ്ഞു.

വീട്ടിലെ പ്രാരബ്ധങ്ങളൊന്നും തന്നെ ഒരു പരിധിവരെ നളിനി അറിയാൻ ഇടംകൊടുക്കാതെ അമ്മയും ജ്യേഷ്ഠത്തിമാരും പ്രത്യേകിച്ച് ശ്രദ്ധിച്ചിരുന്നു എന്ന് എടുത്തുപറയാതിരിക്കാൻ വയ്യ. വിവാഹം കഴിഞ്ഞു അധികനാൾ കഴിയുന്നതിന് മുമ്പ് ഞാൻ നളിനിയേയും കൂട്ടി ബോംബെയ്ക്ക പോയി.

ബോംബെയിൽ ചെന്നശേഷം അനുഭവിക്കേണ്ടിവന്ന യാതനകളും വേദനകളും ഞാൻ നേരത്തെ പറഞ്ഞുകഴിഞ്ഞതാണ്. സ്വന്തമായി ഒരു മുറിയോ, ബാത്റൂമോ ഇല്ലാതെ അന്ന് നടത്തിക്കൊണ്ടിരുന്ന കടയുടെ പിന്നിൽ കെട്ടിപ്പടുത്ത ഒറ്റമുറിയിൽ ഞങ്ങളുടെ ബോംബെ ജീവിതം ആരംഭിച്ചു.

'സ്വപ്നങ്ങളൊക്കെയും പങ്കുവെയ്ക്കാം ദുഃഖഭാരങ്ങളും പങ്കുവെയ്ക്കാം...' പ്രസിദ്ധകവി പി. ഭാസ്കരൻമാസ്റ്ററുടെ അർത്ഥവത്തായ കവിതാശകലം.. പില്ക്കാലത്ത് രചിക്കപ്പെട്ടതാണെങ്കിലും അത് ഞങ്ങളുടെ മനസ്സ് കണ്ടറിഞ്ഞ് എഴുതിയതാണെന്ന് തോന്നിയിട്ടുണ്ട്. ജീവിതത്തിൽ എല്ലാം ഓരോന്നോരോന്നായി നഷ്ടപ്പെടുമ്പോഴും മനസ്സാന്നിദ്ധ്യം കൈവെടിയാതെ ആത്മധൈര്യം പകർന്നുകൊണ്ട് നളിനി എന്റെ കൂടെ ഉറച്ചുനിന്നു. തുടർന്നങ്ങോട്ടുള്ള കാൽവെപ്പുകൾ നഷ്ടപ്പെട്ടതെല്ലാം തിരിച്ചു പിടിക്കാമെന്ന ദൃഢനിശ്ചയത്തോടെയായിരുന്നു. വീണ്ടെടുക്കുക എന്നതു തന്നെയായിരുന്നു ലക്ഷ്യവും. ലക്ഷ്യസ്ഥാനത്ത് ഞങ്ങളെ എത്തിച്ചത് ആത്മവിശ്വാസവും ദൃഢനിശ്ചയവും മാത്രമായിരുന്നു.

വിവാഹം കഴിഞ്ഞ് അഞ്ചുവർഷത്തോളം ഞങ്ങൾ ബോംബെയിൽ ജീവിച്ചു. മറ്റുള്ളവർക്ക് എന്റെ ഭാര്യയുടെ മനസ്സറിയാനോ ഞങ്ങളുടെ അന്തഃസ്സംഘർഷങ്ങളുടെ ആഴമറിയാനോ സാധിച്ചിരുന്നില്ല എന്നതാണ് വാസ്തവം. നല്ല വശങ്ങൾ മറച്ചുപിടിച്ച് തീരെ നിസ്സാരമായ ചെറിയ ചെറിയ കാര്യങ്ങൾ ഉയർത്തിപ്പിടിച്ച് വിമർശിച്ചിരുന്ന ഒരു പെരുമാറ്റരീതിയാണ് പലരും കാണിച്ചിരുന്നത്. എല്ലാം നഷ്ടപ്പെട്ട് കെട്ടുതാലിപോലും പണയപ്പെടുത്തി ഗോൾഡ് കവറിംഗ് മാല കഴുത്തിലിട്ട് നളിനി എ

ന്റെ കൂടെ ജീവിച്ച കഥ മറ്റാർക്കുമറിയില്ല, അറിയാൻ താല്പര്യവു മില്ല. ഞങ്ങൾ ആരേയും അറിയിച്ചിട്ടുമില്ല. അക്കാലത്ത് തുച്ഛമായി കിട്ടിയിരുന്ന വരുമാനത്തിൽ നിന്നും മാസം അച്ഛന് അയച്ചുകൊടുത്തിരുന്ന അമ്പതുരൂപയിൽ മുടക്കം വരുത്തിയിട്ടില്ല.

അമ്പത്തിയഞ്ച് വർഷങ്ങൾ പിന്നിട്ടു ഞങ്ങളുടെ വിവാഹം കഴിഞ്ഞിട്ട്, അൻപത്തിയഞ്ച് വർഷങ്ങൾക്ക് മുമ്പ് നമ്മുടെ നാട് എന്തായിരുന്നു എന്നും അന്നത്തെ ഒരു സാധാരണ കൂട്ടുകുടുംബത്തിലെ ജീവിതാന്തരീക്ഷം എങ്ങനെയായിരുന്നു എന്നും ആ കാലത്തിലൂടെ കടന്നുവന്നവർക്ക് മാത്രമേ അറിയൂ. പുരുഷമേധാവിത്വത്തിന്റെ കാലം. സ്ത്രീകളുടെ അഭിപ്രായങ്ങൾക്കൊന്നും അത്ര വില കൽപിച്ചിരുന്നില്ല. പുരുഷന്മാരുടെ നിർദ്ദേശാനുസാരണമേ സ്ത്രീകൾ ജീവിക്കാൻ പാടുള്ളു എന്നുള്ള അലിഖിതനിയമം നിലനിന്നിരുന്നു. ഭർതൃഗൃഹത്തിൽ ജ്യേഷ്ഠാനുജന്മാരോടുപോലും ഭയഭക്ത്യാദരപൂർവ്വം വേണം പെരുമാറാൻ. വീട്ടിലെ കാരണവന്മാരുടെ അനുവാദമില്ലാതെ ഒന്നും ചെയ്യാൻ പാടില്ല. ചെയ്താൽ അത് അവരോട് കാട്ടിയ അനീതിയും അനുസരണക്കേടുമായി മുദ്രകുത്തും. ശരിയായാലും തെറ്റായാലും അവർ ആജ്ഞാപിക്കുന്നതുപോലെ മറ്റുള്ളവർ ജീവിച്ചുകൊള്ളണം എന്ന നിലപാടായിരുന്നു നിലനിന്നിരുന്നത്.

ഉള്ളകാര്യം ഉള്ളതുപോലെ ആരുടേയും മുഖത്തുനോക്കി പറയുന്ന പ്രകൃതമായിരുന്നു നളിനിക്ക്, കളങ്കമില്ല, ഒന്നുമനസ്സിൽ വെച്ച് മറ്റൊന്ന് പുറത്തു പറയുന്നരീതി അറിയില്ല. എല്ലാം തുറന്നു പറഞ്ഞാലുണ്ടാ കു

ന്ന ഭവിഷ്യത്തുകളെ ഓർത്ത് ഭയപ്പെടാറുമില്ല. അതുകൊണ്ടൊക്കെ തന്നെ വീട്ടിൽ സഹോദരന്മാരിൽ ചിലർക്ക് നളിനിയോട് യോജിക്കാൻ കഴിഞ്ഞിരുന്നില്ല. വളരെ ലോലമായ ഒരു മനസ്സിന്റെ ഉടമയെ ജീവിതസാഹചര്യങ്ങളും നേരിടേണ്ടിവന്ന തീഷ്ണമായ അനുഭവങ്ങളുമാണ് ഇങ്ങനെ രൂപപ്പെടുത്തിയത് എന്നേ പറയാനാവൂ. പരിസ്ഥിതിയും പരിതസ്ഥിതിയുമാണല്ലോ ഭൂമിയിലുള്ള എന്തിനേയും പരിവർത്തനപ്പെടുത്തുന്നത്.

ഞാൻ ചെയ്യുന്ന സഹായങ്ങൾക്ക് നളിനി എതിരുനില്ക്കുന്നുണ്ടെന്നായിരുന്നു വീട്ടിൽ എല്ലാവരുടേയും സംശയം. തികച്ചും അടിസ്ഥാനരഹിതമായ ഒന്നായിരുന്നു അത്. വിവാഹം കഴിഞ്ഞ അന്നുമുതൽ ഇന്നുവരേയും നളിനി സ്വന്തമായി ഒരു തീരുമാനവും എടുത്തിട്ടില്ല. എന്നു മാത്രമല്ല ജോലി ചെയ്തുകിട്ടുന്ന ശമ്പളം മുടക്കംകൂടാതെ എന്റെ കയ്യിൽ കൊണ്ട്തരികയും ചെയ്യും. ബാങ്കിൽ എത്ര ഉണ്ടെന്നോ എന്തൊക്കെ ചെയ്തെന്നോ അന്വേഷിക്കാറില്ല. അറിയാൻ താല്പര്യ വുമില്ല. ഒരൊറ്റ നിബന്ധനയേ ഉണ്ടായിരുന്നുള്ളു. ആരെയും സഹായിക്കാം പക്ഷെ അത് സ്വകാര്യമാകരുത്, സുതാര്യമാകണം. പരസ്പരം അറിഞ്ഞുകൊണ്ടുള്ളതാകണം. തീർത്തും നിർദ്ദോഷമായ ഈ നിർദ്ദേശം ഞാൻ പലപ്പോഴും ലംഘിച്ചിട്ടുണ്ട്. ചിലപ്പോൾ ചില ചെറിയ സഹായങ്ങൾ നളിനി അറിയാതെ ഞാൻ ചെയ്തിട്ടുണ്ട്. അത് നളിനി തടസ്സം നില്ക്കുമെന്ന് കരുതിയിട്ടായിരുന്നില്ല ചില സന്ദർഭങ്ങളിൽ പറയാനോ അറിയിക്കാനോ ഉള്ള സാവകാശം ലഭിക്കാതെ വരുമ്പോൾ സംഭവിക്കുന്നതാണത്. പിന്നീട് അതേക്കുറിച്ചറിയുമ്പോൾ ചില അഭിപ്രായവ്യത്യാസങ്ങൾ പ്രകടിപ്പിക്കാറുണ്ട്. സ്വകാര്യമായി സഹായിക്കുന്നതിന്റെ ദൂഷ്യഫലം നളിനി സൂചിപ്പിച്ചിട്ടുള്ളതൊക്കെ വളരെ ശരിയായിരുന്നുവെന്ന് ഇപ്പോൾ തോന്നുന്നു. സഹായാർത്ഥികൾ എല്ലായ്പ്പോഴും സഹായിക്കുന്ന ഒരാളെമാത്രം ആരാധനയോടെ രക്ഷകനായി കാണുകയും ആ സഹായത്തിന് പ്രേരകശക്തിയായ ആളെ അന്യതാബോധത്തോടെ നോക്കി കാണുകയും തെറ്റുകളും കുറ്റങ്ങളും കണ്ടുപിടിക്കാൻ ശ്രമിക്കുകയും ചെയ്യുന്ന ഒരവസ്ഥ സംജാതമാകാറുണ്ട്. കാലം വരുത്തിയ മാറ്റങ്ങൾ ഇപ്പോൾ എല്ലാറ്റിനും തീർപ്പുകല്പിച്ചിരിക്കുന്നു. കൂട്ടുകുടുംബങ്ങൾ അണുകുടുംബങ്ങളാകുകയും ഓരോരുത്തരും സ്വന്തം ജീവിതത്തിന്റെ ഉത്തരവാദിത്വം ഏറ്റെടുക്കുകയും ചെയ്തപ്പോൾ ആശ്രിതത്വം അവസാനിക്കുകയും ആർക്കും ആരെയും ആരോപണവിധേയമാക്കാൻ പറ്റാതെ വരികയും ചെയ്തിരിക്കുന്നു. അവകാശവാദങ്ങളുന്നയിക്കാനോ ബോദ്ധ്യപ്പെടുത്താ

നോ ഇല്ല. സ്വന്തം തീരുമാനങ്ങൾ, സ്വന്തം ചിന്തകൾ, സ്വയം പര്യാപ്ത തയുടെ ഒരു മേഖലയിലേക്ക് എല്ലാവരും മാറി കഴിഞ്ഞു. കാലത്തിന്റെ അനിവാര്യതയാണതെന്ന് നാം അറിയേണ്ടിയിരിക്കുന്നു.

എന്തൊക്കെ പോരായ്മകളുണ്ടെങ്കിലും ഭർത്താവിനുവേണ്ട പരിചര ണങ്ങൾ ഭാര്യയിൽ നിന്നും കിട്ടിയാലും ഇല്ലെങ്കിലും വിവാഹം കഴി ഞ്ഞ് നീണ്ട 55 വർഷക്കാലം എല്ലാ സുഖദുഃഖങ്ങളും പങ്കിട്ട് കുറ്റങ്ങളും കുറവുകളും പരസ്പരം അംഗീകരിച്ച് ഞങ്ങൾ സന്തോഷപൂർവ്വം മു ന്നോട്ട് പോകുന്നു. നളിനിയുടെ പ്രകൃതമനുസരിച്ച് സ്നേഹം പ്രകടി പ്പിക്കാൻ അറിയില്ല. അതിനുകഴിയില്ല, കുട്ടികൾ സ്വന്തം മക്കളായാൽ പോലും. എല്ലാം ഉള്ളിലൊതുക്കി നടക്കാനേ നളിനിയ്ക്കറിയൂ.

മക്കളെക്കുറിച്ച് ചിലത് കുറിയ്ക്കട്ടെ. മൂത്തമകൻ ഡോക്ടർ അനൂപ് അയ്യപ്പൻ. MBBS കഴിഞ്ഞശേഷം പ്രാക്ടീസിനും ഉപരിപഠനത്തിനുമാ യി പത്തുവർഷം ലണ്ടനിലായിരുന്നു. ഒരു ഡോക്ടർ എന്ന നിലയിൽ വിജയകരമായി പ്രവർത്തിക്കാനാവശ്യമായ എല്ലാ പരിജ്ഞാനങ്ങളും അനൂപ് ഇതിനോടകം ആർജ്ജിച്ചിരുന്നു. എന്നാൽ ഒരു ഡോക്ടറായി ജീവിതം മുന്നോട്ടു കൊണ്ടുപോകുന്നതിലുള്ള വിയോജിപ്പ് അനൂപിൽ ക്രമേണ വളർന്നു വന്നു. മനുഷ്യരുടെ ആരോഗ്യവും ആയുസ്സും കാ ത്തുരക്ഷിക്കേണ്ട വൈദ്യശാസ്ത്രവും ചികിത്സാരീതികളും ഒരു പരിധി വിട്ട് വാണിജ്യവൽക്കരിക്കപ്പെടുകയും അതനുസരിച്ച് ആരോഗ്യരംഗത്തി ന്റെ ധാർമ്മികത മാറുകയും ചെയ്യുന്നതാണ് അനൂപിനെ ആ തൊഴി ലിൽ നിന്നും പുറകോട്ടുവലിച്ചത്. അതിനാൽ ലണ്ടനിൽ പ്രാക്ടീസ് ചെ യ്യുമ്പോൾതന്നെ MBA കരസ്ഥമാക്കി. പിന്നീട് അച്ഛന്റെ ബിസിനസ്സിൽ സജീവമാകണമെന്ന താല്പര്യം പ്രകടിപ്പിച്ചപ്പോൾ അതിൽ ഞാൻ തെ റ്റൊന്നും കണ്ടില്ല. സ്വന്തം ബിസിനസ്സ് നടത്തുമ്പോൾ, സ്വസ്ഥതയും കുടുംബജീവിതവും ഒരു ഡോക്ടറേക്കാൾ കൂടതൽ കിട്ടുമെന്നതും ഒ രു സത്യമാണ്. അങ്ങിനെ അനൂപ് 2011ൽ ദുബായിലെത്തി JBC യുടെ പ്രവർത്തനങ്ങളിലേയ്ക്ക് പ്രവേശിച്ചു. രണ്ടുവർഷത്തോളം അവിടെ ജോ ലി നോക്കി. 2013ൽ മസ്ക്കത്തിലെ ബ്രാഞ്ചിൽ ജോയിൻ ചെയ്തു. അ വിടത്തെ ബിസിനസ്സ് അതിസമർത്ഥമായി കൈകാര്യം ചെയ്തു വരു ന്നു. ഭാര്യ സവിത, മകൾ സനുവിത, മകൻ രോഹിത്. സനുവിത ബ്രി ട്ടീഷ് സ്കൂളിൽ 13-ാം ക്ലാസ് പൂർത്തിയാക്കി. ഇപ്പോൾ നാല് വർഷമാ യി Hariot University Scotlandൽ എക്കണോമിക്സിനു പഠിക്കുകയാ ണ്. മകൻ രോഹിത് 11-ാം ക്ലാസ്സിലാണ്. അവരെല്ലാം മസ്ക്കത്തിൽ സു ഖമായി ജീവിക്കുന്നു. അനൂപ് മസ്ക്കത്തിൽ ചെന്നതിനുശേഷം കമ്പ

നി വളരെ സിസ്റ്റമാറ്റിക്കായി പ്രവർത്തിക്കുന്നു. ഓരോ സ്റ്റാഫും നൂറുശതമാനം ഉത്തരവാദിത്വത്തോടുകൂടി തങ്ങളുടെ ജോലി ചെയ്യുന്നു. JBC അതിന്റെ പേര് നിലനിർത്തികൊണ്ട് ഇന്ന് സ്വന്തം സ്ഥലത്താണ് പ്രവൃത്തിച്ചു വരുന്നത് ഓഫീസ്സും വെയർഹൗസ്സും പോസ്റ്റോഫീസും ക്വാർട്ടേഴ്സും എല്ലാം ഒരു കുടക്കീഴിൽ തന്നെയാണ് എന്നുള്ളതാണ് ഏറ്റവും വലിയവിജയം. JBC നേട്ടങ്ങളുമായി മുന്നോട്ടുള്ള പ്രയാണം തുടരുക തന്നെ ചെയ്യും എന്ന പ്രത്യാശയാണുള്ളത്.

രണ്ടാമത്തെ മകൻ അഭിലാഷ്, മൂത്തമകൻ ജനിച്ച് പത്തുവർഷത്തിനുശേഷമാണ് അഭിലാഷിന്റെ ജനനം. ഗൾഫിലും നാട്ടിലുമായി വിദ്യഭ്യാസം പൂർത്തിയാക്കി. നാട്ടിൽ ചിന്മയ സ്കൂളിലെ പഠനത്തിനുശേഷം തൃശ്ശൂർ കേരളവർമ്മ കോളേജിൽനിന്നും ബികോം ബിരുദം നേടി. കുറച്ചുകാലം JBC യിൽ ജോലി ചെയ്തശേഷം ലണ്ടനിൽ പോയി. അന്ന് മൂത്ത മകൻ അനൂപ് അവിടെ ഉണ്ടായിരുന്നു. അനൂപിന്റെ അകമഴിഞ്ഞ സഹായവും സമയോചിതമായ ഇടപെടലുകളും ലണ്ടനിൽ നിന്ന് എംബിഎ എടുക്കുന്നതിൽ അഭിലാഷിന് ഏറെ പ്രയോജനപ്രദമായി. ഇപ്പോൾ ജബൽഅലി, റാസ് അൽഖൈമ എന്നീ ബ്രാഞ്ചുകളുടെ ചുമതല വഹിച്ചുവരുന്നു. ഇപ്പോഴത്തെ പൊസിഷൻ സി.ഇ.ഒ. ആണ്. ഭാര്യ സ്വപ്ന എംബിഎ ആണ്. JBCയുടെ അക്കൗണ്ട്സിൽ ജോലി ചെയ്യുന്നു. ഒരേയൊരു മകൾ തനിഷ്ക മൂന്നാം ക്ലാസ്സിൽ പഠിക്കുന്നു. ഇത്രയുമാണ് ഞങ്ങളുടെ രണ്ടുമക്കളേയും കുറിച്ചുള്ള ലഘുവിവരണം.

കന്നിവോട്ട്

ജീവിതത്തിൽ ആദ്യമായി വോട്ട് രേഖപ്പെടുത്തുന്നതിനെയാണ് കന്നി വോട്ട് എന്നു പറയുക. ഈ എഴുപത്തിയൊമ്പതാമത്തെ വയസ്സിലാണ് ഞാൻ ആദ്യമായി വോട്ട് രേഖപ്പെടുത്തിയത്. എന്നുവെച്ചാൽ രാഷ്ട്രീയ ബോധമില്ലാത്തതിനാൽ വൈകിയതല്ല. രാഷ്ട്രീയത്തെക്കുറിച്ച് പറയുമ്പോൾ ചെറുപ്പം മുതൽ തന്നെ കമ്മ്യൂണിസ്റ്റ് അനുഭാവിയായിരുന്നു. ആയിരത്തിതൊള്ളായിരത്തി നാല്പതുകളിലേയും അമ്പതുകളിലേയും അറുപതുകളിലേയും കാലഘട്ടങ്ങളിൽ ജനിച്ചവർക്ക് മാത്രമേ അക്കാലത്തെ അവസ്ഥകളെ ശരിക്കും തിരിച്ചറിയുവാൻ സാധിക്കൂ. ജന്മിത്വവും അയിത്താചാരങ്ങളും നിലനിന്നിരുന്ന കാലം. മറ്റുള്ളവർ ജന്മികളെ ആദരിക്കുകയും അനുസരിക്കുകയും ചെയ്തിരുന്ന കാലം. ഹിന്ദുക്കൾ തന്നെ പലതരത്തിലും വേർതിരിച്ചുകണ്ടിരുന്ന കാലഘട്ടമായിരുന്നു അത്. നമ്പൂതിരിമാർ, നായന്മാർ, ഈഴവർ, മുക്കുവർ, പറയർ, പുലയർ, മുളയർ, ആശാരിമാർ, മൂശാരിമാർ, എന്നിങ്ങനെ പോകുന്നു ഇനം തിരിച്ചുള്ള ഹിന്ദുക്കൾ. നമ്പൂതിരിമാരുടെ വീട്ടിലും നായന്മാരുടെ വീട്ടിലും പടിപ്പുര വരെ മാത്രമേ മറ്റുള്ളവർക്ക് പ്രവേശനം ഉണ്ടായിരുന്നുള്ളൂ. രാപ്പകലില്ലാതെ പാടത്തും പറമ്പിലും പണിയെടുത്താൽ ഒരു ദിവസം കിട്ടുന്ന കൂലി രണ്ട് അണയോ നാല് അണയോ ആയിരുന്നു. അക്കാലത്ത് നാണയങ്ങൾ അണ, മുക്കാൽ, ഉറുപ്പിക എന്നിങ്ങനെയാണ് അറിയപ്പെട്ടിരുന്നത്. നാല് മുക്കാൽ കൂടിയാൽ ഒരു അണയും നാല് അണ ചേർന്നാൽ കാൽ ഉറുപ്പികയും എട്ട് അണചേർന്നാൽ അര ഉറുപ്പികയും പതിനാറ് അണ കൂടിയാൽ ഒരു ഉറുപ്പികുയും എന്നതായിരുന്നു കണക്ക്.

അന്നെല്ലാം ചെറിയ ചെറിയ വിൽപ്പനശാലകളിൽ ഒരു മുക്കാലിൽ തുടങ്ങിയാണ് സാധനങ്ങൾക്ക് വിലയിട്ടിരുന്നത്. ഒരു മുക്കാൽ എന്നാൽ ഇന്നത്തെ ഇരുപത്തിയഞ്ചു പൈസയുടെ നാലിൽ ഒന്നാണ് മൂല്യം. നാല് അണയുണ്ടെങ്കിൽ അത്യാവശ്യസാധനങ്ങൾ വീട്ടിലേയ്ക്ക് വാങ്ങാൻ കഴിയുമായിരുന്നു. അക്കാലത്ത് മത്സ്യം ധാരാളം കിട്ടുമായിരുന്നു. ഒരു മുക്കാലിന് മീൻ വാങ്ങിയാൽ ഒരു വീട്ടിലേയ്ക്ക് കറിവെയ്ക്കാനുള്ള മീൻ കിട്ടുമായിരുന്നു. ആ കാലഘട്ടത്തിലാണ് കമ്മ്യുണിസ്റ്റ് പാർട്ടി നാട്ടിൽ

വളർന്നുവന്നത്. ജന്മിത്വം അവസാനിപ്പിക്കുക, അയിത്താചാരങ്ങൾ തുടച്ചുനീക്കുക, സാധാരണക്കാരന് അർഹിക്കുന്ന കൂലി ഉറപ്പാക്കുക, വിദ്യാഭ്യാസം എല്ലാവർക്കും ഉറപ്പാക്കുക, പണിയെടുക്കുന്ന പാടങ്ങൾ പാവപ്പെട്ടവന് അവകാശപ്പെട്ടതായി പ്രഖ്യാപിക്കുക, ജന്മികൾക്ക് നിൽകുന്ന പാട്ടത്തിന്റെ അളവ് കുറയ്ക്കുക എന്നിങ്ങനെയായിരുന്നു പാർട്ടി മുന്നോട്ട് വെച്ചിരുന്ന ആവശ്യങ്ങൾ.

1957 ൽ ഇ എം എസ് നമ്പൂതിരിപ്പാടിന്റെ നേതൃത്വത്തിൽ ലോകത്തെമുഴുവൻ ഞെട്ടിച്ചുകൊണ്ടാണ് കമ്മ്യൂണിസ്റ്റ് മന്ത്രിസഭ കേരളത്തിൽ അധികാരത്തിൽ വന്നത്. അന്നത്തെ കമ്മ്യൂണിസ്റ്റ് സാരഥികളെ ഞാൻ ഇന്നും ശിരസാ നമിക്കുന്നു. ഇന്ത്യ അന്നുവരെ കണ്ടിട്ടില്ലാത്ത വിദ്യാഭ്യാസനയം പ്രൊഫ. ജോസഫ് മുണ്ടശ്ശേരിയാണ് നടപ്പിലാക്കിയത്. കമ്മ്യൂണിസ്റ്റ്കാരൻ എന്നു പറഞ്ഞാൽ ഓടിച്ചു പിടിച്ച് തല്ലിചതയ്ക്കുകയും ജയിലിൽ ഇടുകയും സർക്കാർ ജോലി നിഷേധിക്കുകയും ചെയ്തിരുന്ന കാലഘട്ടം. ഇതിൽ നിന്നെല്ലാം 1957 നു ശേഷം കേരള ജനത മുക്തിനേടി എന്നുപറഞ്ഞാൽ അതിൽ അതിശയോക്തിയില്ല. ഇ എം എസ് മന്ത്രിസഭയെ താഴെയിറക്കാൻ ശ്രീ മന്നത്തു പദ്മനാഭൻ ഒരു വിഭാഗം നായർ സമുദായത്തേയും മറ്റ് ഹിന്ദു വിഭാഗങ്ങളേയും ഇറക്കിവിട്ട് വിമോചന സമരം നടത്തി. അതിൽ അവർ വിജയിക്കുകയും 1959ൽ ഇ എം എസ് മന്ത്രിസഭയെ കേന്ദ്രസർക്കാർ ഇടപെട്ട് പിരിച്ചുവിടുകയും ചെയ്തു. എന്നാൽ ഇതുകൊണ്ടൊന്നും കമ്മ്യൂണിസ്റ്റ് പാർട്ടിയെ ഇല്ലാതാക്കാൻ കഴിഞ്ഞില്ല. കമ്മ്യൂണിസ്റ്റ് മന്ത്രിസഭകൾ വീണ്ടും വീണ്ടും അധികാരത്തിൽ വരികയും സാധാരണക്കാരന്റെ പാർട്ടിയായി കേരളത്തിൽ നിലകൊള്ളുകയും ചെയ്തു. ഇതെല്ലാം പറയാൻ കാരണം മുന്നെ സൂചിപ്പിച്ച വിമോചന സമരകാലത്ത് വിമോചന സമരത്തെ എതിർത്ത് ഞങ്ങൾ ഒരു വിഭാഗം കമ്മ്യൂണിസ്റ്റ് അനുഭാവികളായ വിദ്യാർത്ഥികൾ ഞങ്ങൾക്ക് പഠിക്കണം എന്നാവശ്യപ്പെട്ട് സ്കൂൾ പിക്കറ്റ് ചെയ്യുന്നവരെ തള്ളിമാറ്റി സ്കൂളിൽ കടക്കാൻ ശ്രമിച്ചു. തർക്കം അറിഞ്ഞ് പോലീസ് എത്തി എല്ലാവരേയും തല്ലിയോടിച്ചു. അങ്ങിനെ കമ്മ്യൂണിസ്റ്റ് പാർട്ടിക്കായി പോലീസിന്റെ തല്ല് കിട്ടിയ അനുഭവവും ഉണ്ടായിട്ടുണ്ട്.

ഇന്നത്തെ നേതാക്കന്മാർ കഴിഞ്ഞ കാലത്തെ ഓർത്തുകൊണ്ട് മുന്നോട്ടു പോകണം എന്നും ആദർശങ്ങളിൽനിന്നും അണുതെറ്റാതെ മൺമറഞ്ഞുപോയ ധീരരായ സഖാക്കളെ മനസ്സിൽ ചിന്തിച്ചുറപ്പിച്ച് ഭരണം കാഴ്ചവെയ്ക്കണം എന്നു മാത്രമാണ് പറയാനുള്ളത്. ഒരിക്കൽ

പോലും നമ്മൾ ആരുംതന്നെ പ്രതീക്ഷിക്കാത്ത ഒരു ദിശയിലേക്കാണ് ലോകം സഞ്ചരിച്ചുകൊണ്ടിരിക്കുന്നത്. കൊറോണ എന്ന മഹാമാരി പ്രകൃതിയുടെ ഏറ്റവും വലിയ ശിക്ഷയായിട്ടുവേണം നമ്മൾ ഓരോരുത്തരും കരുതാൻ. പ്രകൃതിയെ സ്നേഹിക്കാൻ പഠിക്കണം. ഒരു ചെടിയോ വൃക്ഷത്തയ്യോ നട്ട് വളർത്തി ദിവസവും പ്രകൃതിയെ സ്നേഹിക്കാൻ ഓരോരുത്തരും തയ്യാറാകണം. കഴിഞ്ഞ കാലങ്ങൾ കുറെ നല്ല ഓർമ്മകളായി അവശേഷിക്കുകയാണ്. ആ നല്ല നാളെയിലേയ്ക്ക് തിരിച്ചുപോകാൻ ജഗദീശ്വരൻ നമ്മെ അനുഗ്രഹിക്കട്ടെ. കോവിഡ് മാനദണ്ഡങ്ങൾ പരിപൂർണ്ണമായി പാലിച്ച് നമ്മുടെ സർക്കാരും ആരോഗ്യപ്രവർത്തകരും നൽകുന്ന സന്ദേശങ്ങൾ തികച്ചും അംഗീകരിച്ചും പ്രവർത്തിച്ചും കോവിഡ് മഹാമാരിയെ നമ്മളിൽ നിന്നും നിശ്ശേഷം അകറ്റിനിർത്താൻ ഏവരും മുന്നോട്ടു വരണം.

നന്ദി

ഓർമ്മകൾ ഒരുപാടൊരുപാടുണ്ട്. ഓർത്തെടുക്കാനാണ് പാട്. ഓർത്തെടുത്തത് മുഴുവനും പറയാൻ കഴിഞ്ഞിട്ടില്ല. പറയാൻ കഴിഞ്ഞതിലേറെ പറയാൻ കഴിയാത്തതുണ്ട്. എങ്കിലും ചിലത് പങ്കുവെച്ചെന്ന ചാരിതാർത്ഥ്യമുണ്ട്.

ഗൾഫിൽ എത്തിയപ്പോഴും വലിയ വലിയ മോഹങ്ങളോ പ്രതീക്ഷകളോ ഒന്നും ഇല്ലായിരുന്നു. എന്തോ, ജഗദീശ്വരന്റെ അനുഗ്രഹത്താൽ പ്രതീക്ഷക്ക് അപ്പുറത്തേക്ക് ഉയർത്തപ്പെട്ടു. എല്ലാം ഒരു നിമിത്തം മാത്രം. ആരോ എന്നെ കൈപിടിച്ച് എല്ലാം ചെയ്യിച്ചു എന്നുവേണം കരുതാൻ.

മക്കൾ രണ്ടുപേർക്കും ഉന്നതവിദ്യഭ്യാസം കൊടുക്കാൻ സാധിച്ചു എന്നതും വലിയൊരു നേട്ടമായി കാണുന്നു.

ആദ്യമായി ഗൾഫിൽ നിന്നും നാട്ടിൽചെന്ന സമയം ഒരു സ്ഥലം കാണുകയും അതിന്റെ കരാർ ഉറപ്പിക്കുകയും ചെയ്യാൻ കഴിഞ്ഞു. അത് ഒരു വലിയ നേട്ടമായിരുന്നു. ഒരു തുണ്ട് ഭൂമിയും അതിൽ ഒരു വീടും എന്റെ ചിരകാലസ്വപ്നമായിരുന്നു.

1982 ൽ വീടുപണി കഴിച്ചു. തറവാട് നിൽക്കുന്ന സ്ഥലത്തുനിന്നും രണ്ട് കിലോമീറ്ററോളം മാറിയാണ് അത്. അന്നത്തെ നമ്മുടെ ആഗ്രഹത്തിനും സൗകര്യത്തിനും ഒതുങ്ങുന്ന വീടായിരുന്നു. വിശേഷ ദിവസങ്ങളിൽ സഹോദരങ്ങൾക്കെല്ലാവർക്കും ഒത്തുചേരാനും താമസിക്കാനും കഴിയുന്ന വിധത്തിൽ അഞ്ച് ബെഡ്റൂമുകൾ ഉള്ള ഒരു ഇരുനില കെട്ടിടമായിരുന്നു. പിന്നീട് 2006 ലാണ് ആ വീട് പൊളിച്ച് പുതിയ വീട് പണിയുന്നത്.

ഞാനും ഭാര്യയും ആഡംബരങ്ങളിൽ ഒന്നും വലിയ താല്പര്യമില്ലാത്തവരാണ്. മക്കളുടെ ഇഷ്ടമായിരുന്നു ഞങ്ങളുടെ ഇഷ്ടം. വണ്ടികൾ വാങ്ങിക്കുന്നതും അവരുടെ താല്പര്യം കണക്കിലെടുത്തായിരുന്നു. നമ്മൾ ഏത് വണ്ടിയിൽ യാത്ര ചെയ്താലും ഉദ്ദേശിച്ച സ്ഥലത്ത് എത്താം എന്ന ചിന്താഗതിക്കാരനാണ് ഞാൻ.

എനിക്കും എന്റെ ഭാര്യക്കും ഞങ്ങളുടെ നല്ല സമയത്ത് ഒന്നുമില്ലായിരുന്നു. കഷ്ടപ്പാടിന്റേയും ഇല്ലായ്മകളുടേയും കൂടെ സഞ്ചരിക്കേണ്ടി

വന്നവരാണ്. എന്നിട്ടും പഴയകാല ഓർമ്മകൾ അതായിരുന്നു നല്ല കാലമെന്ന് തോന്നിപ്പോകുന്നു. ഇന്ന് എല്ലാം ഉണ്ട്. എങ്കിലും എന്തൊക്കെയോ നഷ്ടപ്പെട്ടു എന്ന തോന്നൽ മനസ്സിനെ നൊമ്പരപ്പെടുത്തുന്നു.

ഞങ്ങൾക്ക് രണ്ടുപേർക്കും ജീവിതത്തിൽ ഒരു കുറ്റബോധവും ഇല്ല. കാരണം ഞങ്ങളുടെ കർമ്മങ്ങൾ തീർത്തും സത്യസന്ധമായ വിധത്തിൽ നിർവ്വഹിച്ചു തീർക്കാൻ കഴിഞ്ഞിട്ടുണ്ട് എന്നാണ് വിശ്വാസം. ജഗദീശ്വരന്റെ കാരുണ്യംകൊണ്ട് എന്നല്ലാതെ എന്തുപറയാൻ.

എന്നെ ഞാനാക്കിയ, ഇവിടെ വരെ എത്തിച്ച എല്ലാവരോടും ഞാൻ നന്ദിയുള്ളവനാണ്. പ്രത്യക്ഷമായോ പരോക്ഷമായോ അന്യോന്യം കടപ്പാടുള്ളവരാണ് നാമൊക്കെ. അച്ഛൻ, അമ്മ, ഗുരുനാഥന്മാർ, സുഹൃത്തുക്കൾ, സ്വന്തക്കാർ, ബന്ധുക്കൾ എന്നു വേണ്ട ഈ ഭൂമിയിലെ സർവ്വചരാചരങ്ങളും ഒരു തരത്തിലല്ലെങ്കിൽ മറ്റൊരു തരത്തിൽ നമ്മുടെ വ്യക്തിത്വവികസനത്തിൽ അറിയാതെ പങ്കുചേരുന്നുണ്ട്.

ഈ ഭൂമുഖത്ത് ഒരു കുഞ്ഞും കള്ളനോ, പിടിച്ചുപറിക്കാരനോ, അസന്മാർഗ്ഗിയോ, കുറ്റവാളിയോ ആയിട്ടല്ല ജനിക്കുന്നത്. മാർഗ്ഗദർശനം നല്കേണ്ടവരുടെ അശ്രദ്ധയും അനാസ്ഥയുമാണ് അവരെ അങ്ങനെ ആക്കിതീർക്കുന്നത്. ഒരാളുടെ സ്വഭാവരൂപീകരണത്തിൽ അച്ഛനും അമ്മക്കും സമൂഹത്തിനു തന്നെയും കാര്യമാത്രപ്രസക്തമായ പങ്കു വഹിയ്ക്കാനുണ്ട്. കുട്ടികൾക്ക് മാതൃകയാവേണ്ടത് രക്ഷിതാക്കൾ തന്നെയാണ്. നമ്മുടെ ജീവിതത്തിന് അലകും പിടിയും അച്ചടക്കവും നിലനിർത്താനാകുമെങ്കിൽ അത് കുഞ്ഞുങ്ങളിലേക്ക് സ്വമേധയാ വന്നുചേരും. ശ്രേഷ്ഠവും ഉന്നതവുമായ ഒരു തലമുറയെ വാർത്തെടുക്കാൻ രക്ഷിതാക്കൾക്കേ കഴിയൂ, കഴിയണം. ഇത്രയുമാണ് നിങ്ങൾക്ക് തരാനുള്ള എന്റെ എളിയ ഉപദേശം.

ജീവിതം ഓർമ്മക്കുറിപ്പുകളിലൂടെ ഒരു പുസ്തകമാക്കാൻ എന്നെ പ്രേരിപ്പിക്കുകയും അടുക്കും ചിട്ടയുമായി അണിയിച്ച് ഒരുക്കാൻ സഹായിക്കുകയും ചെയ്ത എന്റെ ബന്ധുവും അതിലുപരി JBCയിൽ ജോലി ചെയ്ത് വിരമിക്കുകയും ചെയ്ത സത്യൻകോട്ടപ്പടിക്ക് അകമഴിഞ്ഞ നന്ദി രേഖപ്പെടുത്തട്ടെ.

ഇത്രയും നേരം ഒരു പക്ഷെ വിരസവും വിരളവുമായ എന്റെ ഓർമ്മകളുടെ ഒറ്റയടിപ്പാതയിലൂടെ എന്നെ അനുഗമിച്ച, നല്ലവരായ എല്ലാ അനുവാചകർക്കും ഹൃദയം നിറഞ്ഞ നന്ദി, നമസ്കാരം.

◆◆◆

www.ingramcontent.com/pod-product-compliance
Lightning Source LLC
LaVergne TN
LVHW060130051026
849517LV00007B/2439